AF741861

நா.கோபாலகிருஷ்ணன்

சொந்த ஊர் திண்டுக்கல். படித்தது இளங்கலை பொறியியல் (CIVIL ENGINEERING). வங்கி மற்றும் நிதித்துறையில் பன்னிரண்டு ஆண்டுகள் பணியாற்றியவர். முன்னணி வீட்டுக்கடன் நிறுவனம் ஒன்றின் தலைமைப்பொறுப்பில் இருந்தவர். கடந்த ஒன்பது வருடங்களாக, வங்கிகளுக்கான கட்டட மதிப்பீடு மற்றும் கட்டடம் கட்டும் நிறுவனத்தினை திண்டுக்கல்லில் நடத்தி வருகிறார். கிராமங்கள் மற்றும் சிறு நகரங்களைச் சேர்ந்த மாணவர்களுக்குப் போட்டித்தேர்வுகள் மற்றும் சுயமுன்னேற்றப் பயிற்சி வகுப்புகளை தன் நிறுவனத்தின் மூலம் தொடர்ந்து நடத்தி வருகிறார்.

நம் குழந்தைகளும் சாதனையாளர்களே

நா.கோபாலகிருஷ்ணன்

நம் குழந்தைகளும் சாதனையாளர்களே
நா.கோபாலகிருஷ்ணன் ©

சுவாசம் பதிப்பகம்

Nam Kuzanthaigalum Saathanaiyaalargale
N.Gopalakrishnan ©

First edition: Dec 2024

ISBN: 978-81-19550-92-0
Title Number: Swasam 199

Published by:
Swasam Publications Private Limited,
52/2, Near B.S Mahal, Ponmar,
Chennai, Tamil Nadu – 600127
Email: swasam.publications@gmail.com

Printed by: Adyar Students Xerox, Chennai - 600 002.

To buy the book: Swasam Bookart – +91–8148066645
Website: https://www.swasambookart.com/

நம் குழந்தைகளும் சாதனையாளர்களே

நா.கோபாலகிருஷ்ணன்

நம் குழந்தைகளும் சாதனையாளர்களே
நா.கோபாலகிருஷ்ணன் ©

சுவாசம் பதிப்பகம்

Nam Kuzanthaigalum Saathanaiyaalargale
N.Gopalakrishnan ©

First edition: Dec 2024

ISBN: 978-81-19550-92-0
Title Number: Swasam 199

Published by:
Swasam Publications Private Limited,
52/2, Near B.S Mahal, Ponmar,
Chennai, Tamil Nadu – 600127
Email: swasam.publications@gmail.com

Printed by: Adyar Students Xerox, Chennai - 600 002.

To buy the book: Swasam Bookart – +91–8148066645
Website: https://www.swasambookart.com/

உள்ளே...

முன் வாசல்

எனது சிறு வயதில் நடந்த ஒரு சம்பவம். என் தந்தை ஒரு சிறிய உணவகத்தை எங்கள் கிராமத்தில் நடத்திக் கொண்டிருந்தார். அந்தக் கடைக்குப் பின்னால்தான் எங்கள் வீடு. எனவே மூன்று வேளையும் கடையிலிருந்துதான் சாப்பாடு. தனியாக வீட்டுச் சமையல் எல்லாம் கிடையாது. காலையும் மதியமும் தேவையான உணவினை எடுத்துக்கொண்டு வந்து வீட்டுக்குள் சாப்பிடுவோம். இரவு உணவின்போது கடை பெஞ்சில் இலை போட்டுச் சாப்பிடுவதற்கு ஆசையாய் இருக்கும். கிராமம் என்பதால் எட்டு மணிக்கு மேல் பெரிதாய் ஆள்கள் வரமாட்டார்கள். எங்கள் கடை புரோட்டா மாஸ்டர், எனக்காக இலை விரித்து, ஸ்பெஷல் புரோட்டா போட்டுச் சாப்பிட வைப்பார்.

பெரும்பாலும் அப்போதெல்லாம் என் தந்தை ஒரு பெஞ்ச் தள்ளி உட்கார்ந்து காலை தினசரியைச் சத்தமாக வாசித்துக்கொண்டிருப்பார். அவர் பள்ளிக்குச் சென்றது கிடையாது. ஆனால் படிப்பதில் அலாதி ஆர்வம். சின்ன வயதில் அவராகவே வாசிக்கப் பழகிக்கொண்டதால், அப்படிச் சப்தமாகப் படித்தால்தான் அவருக்குப் புரியும்.

ஒருநாள் வழக்கம் போல, நான் சாப்பிட்டுக் கொண்டிருக்க ஒரு வாடிக்கையாளர் எனக்கு எதிரில் வந்து உட்கார்ந்தார். புரோட்டாவுக்கு சால்னா வேண்டாம் சாம்பார் ஊற்றுங்கள் எனச் சாப்பிட்டார். அப்போதுதான் முதன்முறையாக அப்படி ஒருவரைப் பார்த்தேன். புரோட்டாவுக்கு

எப்படிச் சாம்பார் ஊற்றிச் சாப்பிடுகிறார் என எனக்குள் ஓர் ஆர்வம் வர நானும் இன்னொரு புரோட்டா வாங்கி சாம்பார் ஊற்றிச் சாப்பிட்டேன். எனக்குப் பிடிக்கவில்லை. அடுத்ததாக அவர் ஒரு ஆம்லேட்வேண்டும் எனக் கேட்டார். எனக்கும் ஆம்லேட் ஆசை வர, ஒரு ஆம்லெட்டினை உள்ளே தள்ளிவிட்டுக் கைகழுவினேன். கைகழுவியவுடன் என் தந்தை என்னை அருகில் உட்காரவைத்துச் சொன்னார்.

"தம்பி எப்பவுமே உன் இலையைப் பார்த்துச் சாப்பிட்டுப் பழகு. அடுத்தவர் இலையைப் பார்த்துக்கிட்டே சாப்பிட்டா உனக்கு எப்பவுமே சாப்பிட்ட திருப்தி வராது. உனக்கு என்ன வேணும்னு உனக்குத் தெரியாதா?"

ஒரு பெரிய வாழ்க்கைப் பாடத்தினை வெகு சாதாரணமாகச் சொல்லித்தந்தார் என் தந்தை. அவர் இப்போது உயிரோடு இல்லை. ஆனால் இப்போதும் என்னையறியாது அடுத்தவர் வாழ்க்கையோடு என் வாழ்வினை ஒப்பிட முயலும்போது அந்த வார்த்தைகள் காதில் ஒலித்து மண்டையில் கொட்டும். குழந்தைகள் எப்போதும் பெற்றோர்களைப் பார்த்தும், அவர்கள் பேச்சினை உள்ளெடுத்தும்தான் வளர்கிறார்கள். ஒரு விதைதுளிர்விடும்போது, நாம் அதற்கு என்ன உரமிடுகிறோமோ அதற்கேற்றார் போல்தான் அதன் வளர்ச்சி இருக்கிறது. பழைய பாடல் வரிகளில் சொன்னதுதான் 'எந்தக் குழந்தையும் நல்ல குழந்தைதான் மண்ணில் பிறக்கையிலே, அது நல்லவர் ஆவதும் தீயவர் ஆவதும் அன்னை வளர்ப்பதிலே.'

ஒவ்வொரு வாழ்விற்கும் ஓர் அர்த்தம் இருக்கிறது. அதனைக் கண்டுபிடிப்பதில்தான் வாழ்வின் வெற்றி இருக்கிறது என ஒரு கருத்து சொல்வார்கள். ஆனால், பெரும்பான்மையான மனிதர்கள் அவர்கள் வாழ்விற்கான அர்த்தம் என்ன, அவர்களுக்கான தனித்திறமை என்ன என்று தெரிந்து கொள்வதேயில்லை. அதனால் அவர்களுக்கு இலக்கு என்று எதுவும் இருப்பதில்லை. இலக்கில்லாத ஒரு வாழ்வு எதனை நோக்கிப் பயணிக்கிறதென்று தெரியாமலே பயணம் முடிந்து போகிறது. நம் குழந்தைகளின் வாழ்வும் அப்படி இலக்கற்ற பயணமாக இருக்கவேண்டுமா என்ன?

ஒவ்வொரு குழந்தையும் ஒரு தனித்திறமையுடன்தான் பிறக்கிறது. அதனை அந்தக் குழந்தைக்கு அடையாளம் காட்டுவதும் அதனை வளர்த்தெடுப்பதும்தான் ஒரு

பெற்றோராய் நாம் செய்யவேண்டிய கடமை. கலில் ஜிப்ரான் சொன்னது போல, 'நம் குழந்தைகள் நம் வழியாய் உலகிற்கு வந்தவர்கள்' அவ்வளவுதான். அவர்கள் நமது நகலாகவே வளரவேண்டும் என நம் ஆசைகளைத் திணிப்பது பெரும் தவறு. அவர்களுக்கான இலக்கினை அவர்கள் நல்வழியில் சென்றடைந்திட உதவ வேண்டியது மட்டுமே நமது பணி.

சில நேரங்களில், இதுகுறித்து வெவ்வேறு மனிதர்களுடன் உரையாடுகையில், வாழ்வினை மகிழ்வுடன் வாழாது, ஓர் இலக்கினை நோக்கிப் பயணிக்கவேண்டும் என்று அழுத்தம் கொடுத்து குழந்தைகளை வளர்க்கச் சொல்வது சரியா என்றொரு கேள்வியினை நிச்சயம் யாராவது ஒருவர் கேட்பதுண்டு. இலக்கு என்று நான் சொல்வது, எந்த விஷயத்தினை நோக்கி நாம் பயணிக்கும்போது நம் உள்ளம் மகிழ்கிறதோ அதுதான். உதாரணமாக, சச்சின் தெண்டுல்கர் பற்றி ஒன்று படித்தேன். அவர் கிரிக்கெட் வாழ்வின் உச்சத்தில் இருந்த காலத்தில்கூட, தினந்தோறும் குறைந்தபட்சம் 100 பந்துகளாவது விளையாடிப் பழகுவாராம். அதுபோன்ற பயிற்சிகள் உடலுக்கு வலி தந்திருக்கும், ஆனால் உள்ளத்தில் அது மகிழ்ச்சி தராமல் அதனைச் செய்திருக்க இயலாதல்லவா. அதனைத்தான் நான் சொல்கிறேன். ஒரு குழந்தைக்கு எது மகிழ்வு தருமோ, அதனைச் செம்மையாகச் செய்யவைப்பதுதான் நமது இலக்கு. அந்த மகிழ்ச்சியின் உச்சத்திற்கு அவர்கள் செல்வதுதான் அவர்களுக்கான இலக்கு. அப்படியான நோக்கில் எழுதப்பட்டதுதான் இந்தப் புத்தகம்.

இந்தப் புத்தகத்திற்கான அடிப்படை, 1983ல் அமெரிக்காவின் ஹார்வார்டு பல்கலைக்கழகக் கல்வியியல் துறைப் பேராசிரியர் ஹோவார்டு கார்ட்னர் (HOWARD GARDNER) வெளியிட்ட 'பன்முக நுண்ணறிவுக் கோட்பாடு' (THE THEORY OF MULTIPLE INTELIGENCE) என்ற கோட்பாடுதான். அந்தக் கோட்பாட்டின் அடிப்படை சாரம்சத்தில் நமது இந்தியச் சூழலுக்குத் தேவையானவற்றை இணைத்து நம் குழந்தைகளை எப்படி மெருகேற்றலாம் என்பதனை இனிவரும் பக்கங்களில் பார்க்கலாம்.

நம் குழந்தைகளும் சாதனையாளர்கள் ஆவார்கள் என்ற நம்பிக்கையுடன், ஓர் அடியினை முன்னெடுத்து வைப்பதற்கு இந்தப் புத்தகம் நிச்சயம் உதவும் என்று நம்புகிறேன். இந்த நேரத்தில், என்னை என் போக்கிற்கு வளரவிட்டு வழிநடத்திய

என் தந்தை அமரர்.T.நாராயணசாமி அவர்களை நன்றியுடன் நினைத்துக்கொள்கிறேன். எனது எழுத்துகளை ஊக்குவித்து, தொடர்ச்சியாய் இயங்கச் செய்துகொண்டிருக்கும் ஹரன் பிரசன்னா அவர்களுக்கும் சுவாசம் பதிப்பகத்திற்கும் எனது மனமார்ந்த நன்றிகள்.

உள்ளே நுழையும்முன் ஒரு நிமிடம்

புத்தகத்தின் உள்ளே நுழையும்முன் நான் சந்தித்த சில சம்பவங்களை உங்களோடு பகிர்ந்துகொள்ள விரும்புகிறேன்.

சம்பவம் - 1

நான் பள்ளியில் படித்துக் கொண்டிருந்த காலத்தில் என் வகுப்பில் ஒரு மாணவன் இருந்தான். எப்போதும் கையில் ஹாக்கி மட்டையுடன்தான் இருப்பான். யாராவது ஹாக்கி பற்றி ஏதேனும் கேட்டால் போதும் பயங்கரக் குஷியாகி விடுவான், ஹாக்கியினைப் பற்றி எப்போதும் நிறையத் தகவல்கள் சொல்லுவான். வகுப்பறையில் இருப்பதை விட ஹாக்கி மைதானத்தில் மகிழ்ச்சியாகத் தெரிவான்.

ஒருநாள் கணக்கு வகுப்பில் பேசி மாட்டிக்கொண்டான். ஆசிரியர் ஒரு சாதாரணக் கணக்கினைக் கொடுத்துப் போடச் சொல்ல, அவனுக்குத் தெரியவில்லை. அடி பிரித்து மேய்ந்து விட்டார். பற்றாக்குறைக்கு அப்பாவை வேறு கூட்டி வரச் சொல்லிவிட்டார். அப்பாவின் அடிக்குப் பயந்து சில நாள்கள் பள்ளி பக்கம் எட்டிப் பார்க்கவில்லை. அப்புறம் பள்ளியிலிருந்து தகவல் வீட்டுக்குப்போய் என்னென்னவோ நடந்து கடைசியில் வேறு பள்ளிக்குப் போய்விட்டான். சில வருடங்களுக்குமுன் மதுரையின் பரபரப்பான சாலையில் அவனைச் சந்தித்தேன். ஒரு தனியார் காப்பீடு நிறுவனத்தில் விற்பனை அதிகாரியாக இருப்பதாகச் சொன்னான். கொஞ்ச நேரம்

பேசிவிட்டு ஹாக்கி பற்றிக் கேட்டேன். ஆச்சரியமாகப் பார்த்தான். 'டேய் இன்னும் நீ அதையெல்லாம் ஞாபகம் வெச்சிருக்கியா... அதெல்லாம் அப்பவே போச்சுடா' என்று சிரித்தான்.

குழந்தைகள் பற்றிக் கேட்டேன், முதலாமவன் ஏழாவது படிக்கிறான் என்றும், இரண்டாமவன் நான்காவது படிக்கிறான் என்றும் சொன்னான். "ரெண்டு பேரும் எப்ப பார்த்தாலும் கிரவுண்ட்லதாண்டா இருக்காங்க, கணக்கு ரெண்டு பேருக்கும் வரல நானும் எவ்வளவோ பண்ணிப் பார்த்துட்டேன், டியுசன் அனுப்பிச்சுட்டேன், ஒண்ணும் முடியல. என்ன சொன்னாலும் கேட்க மாட்டேன் என்கிறார்கள்... உன்கிட்ட கவுன்சிலிங் கூட்டி வரட்டுமா" என்றான்.

சம்பவம் - 2

பொறியியல் கல்லூரியில் எனது முதலாம் ஆண்டில் என்னுடன் ஒரு மாணவன் படித்தான். மும்பையைச் சேர்ந்தவன். எப்போது பார்த்தாலும் ஷேர் மார்க்கெட், எக்கானமிக்ஸ் என்று பேசிக்கொண்டிருப்பான். ஒருநாள் எங்கள் பேராசிரியர் ஒருவர் அவனிடம் கேட்டார். "நீ பொருளாதாரம் பற்றிப் படிக்காமல் ஏன் பொறியியல் படிக்க வந்தாய்?" அவன் சொன்னான் "பொறியியல் என் அப்பாவின் கனவு, அவர் படிக்க இயலவில்லை நான் மாட்டிக்கொண்டேன். ஆனாலும் தப்பித்து விடுவேன்." சொன்னது போலவே முதல் வருடத்தோடு ஓடிப்போய் விட்டான். காலப்போக்கில் நாங்களும் அவனை மறந்து விட்டோம். சில வருடங்களுக்கு முன்னால் ஏதோ ஒரு நிகழ்வின் தொடர்ச்சியாக, அவன் என்னதான் செய்கிறான் எனப்பார்க்கவேண்டும் என ஓர் ஆர்வம் தோன்றவே அவனைப் பற்றி விசாரித்தேன். மும்பையில் ஒரு கல்லூரியில் பொருளாதாரப் பேராசிரியராக வேலை பார்க்கிறானாம்.

சம்பவம் - 3

1995ம் வருடம் நான் பத்தாம் வகுப்புத் தேர்வு எழுதினேன். யாரும் என்னைப் படி படியென்று தொந்தரவு செய்யவோ, டியூசன் போகச் சொல்லிக் கட்டாயப்படுத்தியதோ கிடையாது. எனக்குப் பிடித்து, எந்தக் கட்டாயமும் இல்லாமல், முக்கியமாக எனக்குத் தோன்றிய போதுதான் படித்தேன். இடையில் கதைப்புத்தகங்கள் வாசிப்பது, கவிதைகளும் கதையும் எழுதுவது என எதனையும் நான் நிறுத்தவில்லை.

423 மதிப்பெண்கள் எடுத்தேன். அப்போது மாநிலத்தின் முதல் மதிப்பெண்ணே 480தான் இருக்கும். கொஞ்சம் மரியாதையான மதிப்பெண்தான். எனது உறவினர்கள் மத்தியில் புத்திசாலி பையன், நன்றாகப் படிக்கிற பையன் என அந்த மதிப்பெண் ஒரு நல்ல பெயரினை வாங்கிக்கொடுத்தது.

அதன்பின் ஓர் ஏழெட்டு வருடங்கள் கழித்து என் ஒன்று விட்ட சகோதரி பத்தாம் வகுப்புத் தேர்வில் நீங்கள் எத்தனை மதிப்பெண் எடுத்தீர்கள் என்று கேட்டாள். நானும் சற்று மிதப்பாக 423 என்றேன். என்னண்ணா அவ்வளவுதான் எடுத்தீர்களா என ஆச்சரியமாகக் கேட்டாள். அது அப்போது ரொம்ப நல்ல மார்க் என்று நான் சொன்னதை அவள் நம்பினாளா எனத் தெரியவில்லை. அவள் 485 மதிப்பெண் எடுத்தாள். அது மாவட்டத்தில் இரண்டாவது மதிப்பெண். இப்போது 500 எடுத்தாலும் முதலிடத்தைப் பகிர்ந்துகொள்ள வேண்டியுள்ளது என்பது தனிக்கதை. நானும் என் பத்தாம் வகுப்பு மதிப்பெண்ணை இப்போது யார் கேட்டாலும் சொல்வதில்லை.

சம்பவம் - 4

எனது கல்லூரிக் காலத்தில் என் உடன் படித்த நண்பன் ஒருவன். சென்னையைச் சேர்ந்தவன். கல்லூரி விடுதியில் எங்களுடன் தங்கி இருந்தான். பன்னிரண்டாம் வகுப்பில் பள்ளி முதல் மாணவனாய் இருந்தவன். பன்னிரண்டாம் வகுப்புவரை வீட்டில் இருந்து படித்த மாணவன். இதுதான் அவனுக்கு முதல் விடுதி அனுபவம். நிறையச் சேட்டை செய்வான். ஆனால் அம்மா அப்பா பார்க்க வரும் நாளில் ஒரு சப்தம் இருக்காது. மிக நல்ல பையனாக இருப்பான்.

அவனுடனான எனது அறிமுகம் ஒருநாள் அதிகாலையில் கோவை காந்திபுரம் பேருந்து நிலையத்தில் நடந்தது. முதல் வருடம் கல்லூரியில் சேர்ந்தபோது ஊரில் இருந்து விடுதிக்குத் திரும்பிய ஒருநாள் அதிகாலை, பேருந்து நிலையத்தில் காத்து இருந்தேன். அவன் மெதுவாக என் அருகில் வந்து, 'நீங்கள் அந்தக் கல்லூரிதானா' எனக் கல்லூரியின் பெயர் சொல்லிக் கேட்டான். நான் ஆமாம் என்று தலையசைத்தேன். 'அங்கே போகும் பேருந்து வந்தால் சொல்லுங்கள்... எனக்குத் தமிழ் வாசிக்கத் தெரியாது' என்றான். கல்லூரிக்கு வரும் ஒரு தமிழ்நாட்டு மாணவனுக்குத் தமிழ் வாசிக்கத் தெரியாது என்று சொன்னது எனக்குப் பேரதிர்ச்சியாக இருந்தது

(பின்னாட்களில் அது சகஜமாகிப் போனது வேதனையின் உச்சம்.) என்னடா என்று கேட்டால், அவனது அம்மா தமிழ் படிக்கவேண்டாம் என்று சொல்லி இரண்டாம் மொழியாகப் பிரெஞ்சு படிக்கச் சொல்லி விட்டாராம்.

அவன் முதல் வருடம் இரண்டு பாடங்களில் தேர்ச்சி பெற இயலாது அரியர் வைத்தான். பின்னர் அடுத்தடுத்த ஆண்டுகளில் படிப்பிலிருந்து கொஞ்சம் கொஞ்சமாய் கவனம் விலகி, ஒரு கட்டத்தில் தேர்வு எழுதக்கூட வராமல் விடுதியில் உறங்கிக்கொண்டிருந்தான். இறுதி ஆண்டு ஆரம்பித்தபோது கிட்டத்தட்ட பதினேழு அரியர்கள். யாருக்குமே அவன் டிகிரி வாங்குவான் என்ற நம்பிக்கை இல்லை. ஒருநாள் அவனது அம்மா, சென்னையிலிருந்து வந்து எங்கள் கல்லூரிக்கு அருகில் ஒரு வீடு வாடகைக்கு எடுத்து, அவனை விடுதியிலிருந்து விடுவித்து தன்னுடன் தங்க வைத்துக்கொண்டார். எங்களுக்கு அது ஆச்சரியமாக இருந்தது. தினந்தோறும் அவன் கல்லூரிக்கு வரும்போது உடன் வந்து அவனை விட்டு விட்டுப் போவார். மாலையில் வந்து அழைத்துப் போவார். நீங்கள் நம்ப மாட்டீர்கள், அந்த செமஸ்டரில் அவன் அனைத்து அரியர்களையும் எழுதித் தேர்ச்சியடைந்து டிகிரி வாங்கி விட்டான்.

சம்பவம் - 5

சில ஆண்டுகளுக்கு முன்னால், ஒரு தனியார் நிறுவனத்தில் நான் பணியிலிருந்த போது இரண்டு பணியாளர்களை வேலைக்கு அமர்த்த வேண்டியிருந்தது. புத்திசாலித்தனமும் கடின உழைப்பும் தேவைப்படும் பணி அது. சுமார் இருபதுக்கும் மேற்பட்டவர்களை நானும் எனது உயர் அதிகாரியும் நேர்முகம் செய்து, நான் ஒரு நபரையும், எனது உயர் அதிகாரி ஒரு நபரையும் தேர்வு செய்தோம். நான் தேர்வு செய்தவர் இளங்கலைப் படிப்பிலும் எம்.பி.ஏவிலும் நல்ல மதிப்பெண் பெற்றிருந்தார். எனது உயர் அதிகாரி தேர்வு செய்த பணியாளரோ டிகிரி மட்டுமே படித்திருந்தார். மதிப்பெண்களும் குறைவு. இருவருக்குமான வேறுபாடுகள் அதிகமாக இருந்தன. நான் தேர்வு செய்த பணியாளர் எல்லாவிதத்திலும் உயர் ரகம். எனது உயர் அதிகாரி தேர்வு செய்திருந்தவரோ அனைத்திலும் சுமார் ரகம்.

இது குறித்த ஒப்பீட்டினை எனது உயர் அதிகாரியிடம் காட்டினேன். அவர் சிரித்துக்கொண்டே பார்த்துக்கொள்ளலாம்

என்றார். எனக்கென்னவோ நம்பிக்கை இல்லை. ஆனால் ஆச்சரியம் என்னவென்றால், பின்னாட்களில் இருவருமே ஒருவருக்கொருவர் சளைத்தவர் இல்லை என்னும் அளவிற்குப் பணியாற்றினார்கள். அடுத்தடுத்த பதவி உயர்வில் இருவருமே சரிசமமாக நின்றார்கள். இன்று இருவருமே வெவ்வேறு நிறுவனங்களில் உயர் பதவிகளில் வெற்றிகரமாகப் பணிபுரிந்து கொண்டிருக்கின்றனர்.

சம்பவம் - 6

சில மாதங்களுக்கு முன்னால் என் நண்பர் ஒருவர் அழைத்தார். நண்பரின் உறவினர் ஒருவரது மகன் சிவில் இஞ்சினியரிங் முடித்துவிட்டதாகவும் அவனுக்கு எனது நிறுவனத்தில் ஒரு வேலைவேண்டும் என்று கேட்டார். நான் அடுத்த நாள் என்னை வந்து பார்க்கச் சொன்னேன். நண்பரின் உறவினரும் அவரது மகனும் நேரில் வந்தார்கள். அந்தப் பையன் நல்ல மதிப்பெண்கள்தான் பெற்றிருந்தான். ஆனால் அதிகம் பேசவில்லை. நண்பரின் உறவினர்தான் அதிக நேரம் பேசினார். என் பையனுக்கு எப்படியாவது தொழில் கத்துக் கொடுத்துடுங்க என்றார். நான் அடுத்த நாளில் இருந்து அந்தப் பையனை வேலைக்கு வரச்சொன்னேன். முதல் நாள் உள்ளூரில் இருந்த சில கட்டடப் பணிகளைப் பார்த்து வரச்சொன்னேன். அடுத்த நாள் அறுபது கிமீ தொலைவில் உள்ள ஒரு நகரில் உள்ள கட்டடப் பணிகளைப் பார்த்துவரச் சொன்னேன். மூன்றாம் நாள் காலையில் அந்தப் பையனோடு அவனது அப்பாவும் வந்துவிட்டார்.

“சார் கொஞ்சம் வெளியில் அலையாம உள்ள ஆபிஸ்ல உக்காந்து பாக்குற மாதிரி வேலை கொடுங்களேன்” என்றார்.

“ஏன் சார் பையனால அலையமுடியலையா?”

“இல்லை சார் அதெல்லாம் ஒண்ணும் இல்லை. இருந்தாலும் ஆபீஸ்க்குள்ள உக்காந்து பாக்குற மாதிரி வேலை கொடுங்க சார். வெயில்ல அவனால அலையமுடியாது” என்றார்.

“சிவில் இஞ்சினியரிங் முடிச்சுட்டு வெயில்ல அலையமுடியாதுன்னு சொன்னா எப்படி சார்” என்றேன்.

“இல்ல சார் அவனுக்கு ஆபிஸ்க்குள்ள வேலை பார்த்தாதான் நல்லா இருக்கும்” என்றார் மீண்டும்.

“ஆபிஸ்க்குள்ள உக்காந்து வேலை பார்க்க முடியாது. அப்பப்ப வெளியில போகணும். உங்க பையனுக்கு இந்த வேலை ஒத்துவராது நீங்க போய்ட்டு வாங்க சார்” எனக் கையெடுத்து கும்பிட்டு அனுப்பி வைத்துவிட்டேன்.

இந்தச் சம்பவங்களை எல்லாம் நான் ஒப்பிடப் போவதுமில்லை. சரியா, தவறா என்று விவாதிக்கப் போவதுமில்லை. இதனைப் பற்றி விரிவாகப் பேசப்போவதுமில்லை. உங்கள் பார்வைக்கும் உங்கள் சிந்தனைக்கும் மட்டுமே இந்தச் சம்பவங்கள். நீங்கள் உங்களுக்குள் அசைபோட்டுப் பார்த்துக் கொள்ளுங்கள். எது சரி எது தவறு என்றெல்லாம் இப்போது யோசிக்கவேண்டாம். ஒவ்வொரு சம்பவத்திற்கான காரண காரியங்களையும் இப்போது ஆராயவேண்டாம். இந்தச் சம்பவங்களை இப்போதைக்கு நினைவில் மட்டும் வைத்துக்கொள்ளுங்கள். நமது புத்தகத் தலைப்பிற்கான பகுதியில் நுழையலாம்.

முயலுக்கும் ஆமைக்கும் போட்டியா?

கிரிக்கெட் வீரர் தோனிக்குப் பாட்டுப்பாடத் தெரியவில்லை, இசையமைப்பாளர் இளைய ராஜாவுக்கு கணக்குப்பாடம் தெரியவில்லை, நடிகர் ரஜினிகாந்த்தால் கிரிக்கெட் விளையாட முடியவில்லை, விஞ்ஞானி மயில்சாமி அண்ணாதுரை ஓட்டப்பந்தயத்தில் தோற்றுப்போகிறார். அப்படியானால் இவர்கள் எல்லாம் சாதனையாளர் கள் இல்லை என யாரேனும் சொன்னால் உங்களுக்குச் சிரிப்பு வரும் அல்லவா?

ஆனால் உங்களுக்கு நன்றாகத் தெரியும் காலம் காலமாக நம் கல்வி முறையும், நாமும் இதைத்தான் செய்து கொண்டிருக்கிறோம். கணக்குப்பாடத்தில் குறைவான மதிப்பெண் பெற்றவன் தமிழில் 100க்கு 100 வாங்கியிருந்தாலும் அவன் மக்குதான். அறிவியலில் 100க்கு 100 வாங்கியவன் வரலாற்றுப் பாடத்தில் தேர்ச்சி பெறவில்லையெனில் அவன் மக்குதான். இது நம் குழந்தைகளுக்கான அநீதி என்று யோசித்துப் பார்ப்பதுண்டா?

நம் சிறுவயதில் கேட்ட முயலுக்கும் ஆமைக்கும் போட்டி என்ற கதை நினைவில் இருக்கிறதா. உண்மையில் முயலுக்கும் ஆமைக்கும் போட்டி என்பது எவ்வளவு பெரிய மடத்தனம் என்று யோசித்துப்பாருங்கள். முயலுக்கு உண்மையிலேயே ஓட்டப்பந்தயத்தில் ஜெயிக்கக்கூடிய திறன் இருந்தும் உடன் வரும் ஆமையின் வேகத்தினைப் பார்த்து சோம்பேறி ஆகி விடுகிறது. ஆமையோ வேறு வழியில்லாமல் ஓடி ஜெயிக்கிறது. அந்தப் போட்டியில்

ஜெயித்ததன் காரணமாக, அதன்பின் ஆமையினை வேகமாக ஓடும் வேறு விலங்குகளோடு போட்டிக்கு அனுப்ப ஆரம்பித்தால் என்னவாகும்? முயல் ஆமை போட்டி என்பது, அந்த இரு உயிரினங்களையும் பாதிக்கும் விஷயம். இந்தக் கதையில் ஓடுவதில் திறமையுள்ள ஒரு குழந்தையினை முயலாகவும் ஓடுவதில் விருப்பமின்றி ஓவியத்தில் விருப்பம் உள்ள ஒரு குழந்தையினை ஆமையாகவும் வைத்து யோசித்துப் பாருங்கள். நமது தவறு புரிய ஆரம்பிக்கும்.

இன்றைய உலகத்தில் நமக்குத் தேவையானவற்றையும் விட அதிகமான தகவல்கள் நமக்கு முன்னே கொட்டிக்கிடக்கிறது. ஆனால் அதில் நமக்குத் தேவையான தகவல்கள் எது எனத்தேர்வு செய்வதில் நமக்கு பெரிய குழப்பமே இருக்கிறது. நமக்கே இப்படி என்றால் நம் குழந்தைகளுக்கு.?

80களின் இறுதியில் என் சகோதரி கல்லூரிக்குச் செல்லும்போது, கல்லூரி அட்மிஷன் பற்றிய எந்த விவரமும் அவருக்குத் தெரிந்திருக்கவில்லை. (அவர் பள்ளியில் முதல் மாணவி என்பது கூடுதல் தகவல்.) என் தந்தையின் பெரும் போராட்டத்திற்கும் அலைச்சலுக்கும்பின் எனது கிராமத்தின் முதல் பட்டதாரியானார். நான் கல்லூரியில் சேரும் காலத்தில் என் சகோதரி எனக்குத் தந்த தகவல்கள் போதுமானதாய் இல்லை. ஏனெனில் சூழல்கள் மாறியிருந்தன. கல்லூரிக் காலத்திலிருந்து, இதோ இன்றைக்கு கார்ப்பரேட் நிறுவனங்களில் பதிமூன்று ஆண்டுகள் பணியாற்றிவிட்டு வெளியே வந்து, சொந்தமாய் ஒரு நிறுவனம் துவங்கி நடத்தி வருவதுவரை கீழேயும் மேலேயும் விழுந்துதான் நிறைய விஷயங்களைக் கற்றுக்கொள்ள முடிந்தது. இப்போதும் சில நண்பர்களிடம் பேசும்போது 'இன்னும் கொஞ்சம் தெளிவான வழிகாட்டுதல் தர நமக்கு யாராவது இருந்திருந்தால் நன்றாக இருந்திருக்கும்' என்று சொல்கிறார்கள். என்னதான் சொந்த முயற்சியில் நாம் முன்னேறி விடலாம் என்றாலும், ஒவ்வொன்றாய் கற்றுக்கொண்டு நாம் முன்னேற நிறைய விலை கொடுக்க வேண்டியிருக்கிறது.

சில தினங்களுக்குமுன் நண்பர் ஒருவரின் இல்லத்தில் ஒரு மாணவனைச் சந்திக்க நேர்ந்தது. நண்பரின் வீட்டருகில் வசிப்பவன்.தமிழகத்தின் சிறியதொரு நகரத்தில் பிளஸ் 2 படித்துக் கொண்டிருப்பவன். உற்சாகமாய்ப் பேசினான். படிப்பு பற்றி வினவியபோது வகுப்பின் முதல்தர மாணவர்களில் நானும் ஒருவன் என மகிழ்ச்சியோடு பகிர்ந்து கொண்டான். +2க்கு

அடுத்து என்ன படிப்பதாய் உத்தேசம் என்று கேட்டபோது, பி.இ.கம்ப்யூட்டர் சயன்ஸ் படிக்கப் போவதாகவும் சில பிரபலமான கல்லூரிகளின் பெயரினையும் சொன்னான். பி.இ முடித்தபின் என்ன உத்தேசம் என்று கேட்டதற்கு 'எப்படியும் கேம்பஸ்ல வேலை கிடைச்சுடும் சார்... அந்தக் கல்லூரிகளில் மேக்சிமம் எல்லோரும் கேம்பஸ்ல போய்டுவாங்க' நான் அவன் நம்பிக்கையைக் குலைக்க விரும்பவில்லை.

"சரி, வேலை கிடைச்சுடுச்சு. அப்புறம் என்ன பண்ண போற?"

"நல்லா வேலை பார்ப்பேன். நல்லா சம்பாதிப்பேன். வீடு கட்டுவேன்" இப்படியாய்ச் சொல்லிக்கொண்டே போனான்.

நான் கல்லூரியில் நுழைந்தபோது எனக்கும் என் கிராமத்து நண்பர்களுக்கும் எதிர்காலம் பற்றிய என்ன புரிதல்கள் இருந்ததோ அதைக் காட்டிலும் சற்றே அதிகமான (ஒரு 10% என வைத்துக்கொள்ளலாம்) தகவல்களும் புரிதல்களும் மட்டுமே அவனிடம் இருந்தது. அந்த மாணவனிடம் பேசியபின், அதே நகரில் இருக்கும் வேறு ஒரு பத்தாம் வகுப்பு மாணவனிடம் உரையாடினேன். அந்த மாணவன் "பத்தாம் வகுப்பு முடித்தபின் நானும் எனது நண்பர்களும் கேட்டரிங் கல்லூரியில் சேரப்போகிறோம். படிக்கிறப்பவே வேலை இருக்கும், படிச்சு முடிச்சவுடன் கப்பல்லகூட வேலை கிடைக்கும் சார், பத்தாவதுல பெரிசா மார்க்கெல்லாம் தேவையில்லை. இந்த ஃபீல்ட்ல பெரிய ஆளான செஃப் வெங்கடேஷ் பட் சாரே ஒன்பதாவதுல ரெண்டு தடவை பெயில் ஆனவரு தெரியுமா" என்றான்.

நான் சிரித்தபடியே "உனக்குச் சமைக்கத் தெரியுமா" என்றேன். "காலேஜ்ல போய் கத்துக்குவேன் சார்" என்றான். "சரி வெங்காயமாவது உரிக்கத்தெரியுமா" என்றேன். "அம்மா இதுவரைக்கும் சமையலறைக்குள் விட்டதே கிடையாது" என்றான். அதன்பின் கேட்டரிங் துறை குறித்த சில தகவல்களைக் கேட்டேன். ஒன்றும் தெரியவில்லை. அந்த மாணவனுக்குத் தெரிந்த தகவல் ஒன்று மட்டும்தான், பத்தாம் வகுப்பில் மதிப்பெண் குறைந்தாலும் கேட்டரிங்கில் இடம் கிடைக்கும். கேட்டரிங் படித்து முடித்தவுடன் கப்பலில்கூட வேலை கிடைக்கும். இதைத்தான் இன்றைய குழந்தைகள் எல்லா விஷயங்களையும் தெரிந்து வைத்து இருக்கிறார்கள் என்று பெரும்பாலான பெற்றோர்கள் எண்ணிக்கொண்டிருக்கிறார்கள். ஆனால்

தகவல் குவியல்களுக்குள் மாட்டிக்கொண்டும் விளம்பர உலகின் மாயாஜால உலகுக்குள் மாட்டிக்கொண்டும் 99% குழந்தைகள் தனக்கு எது தேவை என்ற தெளிவில்லாமல்தான் இருக்கின்றனர்.

எனில் நம் கல்வி முறை இதுவரை எதனைக் கற்றுத் தருகிறது. புத்தகம் தாண்டிய உலகத்தினை அவர்களுக்குத் தெரியப்படுத்தவே இல்லையா? அவர்கள் அறிந்து கொள்ளும் உலகமும் அவ்வளவு சிறப்பானதாய் இல்லையா? நாம் இன்னும் தலைமுறைகளை மழுங்கடிக்கும் வேலைகளைத்தான் செய்து கொண்டிருக்கிறோமா?

உடனே யோசிக்க ஆரம்பித்துவிட வேண்டாம். இந்தக் கல்வி முறையை மாற்றவேண்டும், ஆசிரியர்கள் மாறவேண்டும் என்று. முதலில் பெற்றோர்களாகிய நாம் மாறவேயில்லை என்பதனை ஒத்துக்கொள்ளவேண்டும். மாற்றம் முதலில் நம்மிடமிருந்து ஆரம்பிக்கப்படவேண்டும்.

ஒரு தேர்வு எழுதலாமா

தேர்வு என்றவுடன் பயப்பட வேண்டாம். என்னடா நம் குழந்தையை எப்படிச் சாதனையாளராக்கலாம் என்று பார்த்தால், நம்மையே தேர்வு எழுதச் சொல்கின்றனரே என யோசிக்கவேண்டாம். இது ஒரு சின்ன தேர்வு விளையாட்டு. அவ்வளவுதான்.

கீழே உள்ள அனைத்து வாக்கியங்களையும் படியுங்கள். அதில் அந்த வாக்கியம் சரியும் கிடையாது, தவறும் கிடையாது. உங்களுக்கு அந்த வாக்கியம் எந்தளவிற்கு ஒத்துப்போகிறதோ அதனடிப்படையில் 1 லிருந்து 4 வரை மதிப்பெண்கள் கொடுங்கள். உதாரணமாக ஒரு வாக்கியம் உங்களுக்கு 70 - 100% பொருந்தும் என்றால் 4, 50 - 70% பொருந்தும் என்றால் 3, 30 - 50% பொருந்தும் என்றால் 2, 30% க்கும் கீழ் என்றால் 1.

எது சரி? எது தவறு? என்றெல்லாம் யோசிக்கவேண்டாம். ஏற்கெனவே சொன்னது போல இதில் சரியும் கிடையாது தவறும் கிடையாது. இது உங்களைப் பற்றிய சுய மதிப்பீடுதான். ஆகையினால் உங்களைப் பற்றி மட்டும் யோசித்துச் சரியான மதிப்பெண்ணைக் கொடுங்கள். ஒவ்வொரு வாக்கியத்திற்கு எதிரிலும் A, B, C, D, E, F, G, H என எட்டுக் கட்டங்கள் இருக்கும். அதில் ஏதேனும் ஒன்று மட்டும் வெள்ளையாய் இருக்கும், மீதி கட்டங்கள் எல்லாம் இருட்டடிக்கப்பட்டிருக்கும். வெள்ளைக் கட்டத்தில் உங்கள் மதிப்பெண்களைக் குறியுங்கள்.

மீண்டும் சொல்கிறேன். இதில் எந்த வாக்கியத்தினை யும் சரி / தவறு என்ற முறையில் அணுகாதீர்கள்.

உங்களுக்கு அது எவ்வளவு பொருந்தும் என்று மட்டும் யோசித்து முடிவெடுங்கள்.

எண்		A	B	C	D	E	F	G	H
1.	நிறையப் பாடல் வரிகளும் அதன் ராகமும் எனக்கு மனப்பாடமாகத் தெரியும்.								
2.	பிறர் எழுதும்போதோ அல்லது பேசும் போதோ அதில் உள்ள இலக்கணப் பிழைகளை எளிதில் கண்டு கொள்வேன்.								
3.	பிறர் பாடும்போது சுருதி விலகினால் சுலபமாகக் கண்டு கொள்வேன்.								
4.	குழு நிகழ்வுகளில் நானே முன்வந்து கலந்து கொள்வேன்.								
5.	ஒரே ஒரு முறை கேட்ட பாடலையும் என்னால் திரும்பப் பாட இயலும்.								
6.	டிஸ்கவரி, அனிமல் பிளானெட், நேஷனல் ஜியாகிராபிக் தொலைக்காட்சி நிகழ்ச்சிகளை விரும்பிப் பார்ப்பேன்.								
7.	எதையும் நானே செய்து பார்ப்பேன்.								
8.	தியான வகுப்புகளுக்குச் செல்வதும் தத்துவப் புத்தகங்கள் படிப்பதும் பிடிக்கும்.								

9.	எனக்கு இனிமையான குரல்வளம் உண்டு.							
10.	தோட்டம் அமைப்பது மற்றும் அதிலமர்ந்து ரசிப்பது எனக்கு மிகவும் பிடிக்கும்.							
11.	கண்ணால் பார்ப்பதைக் காட்டிலும் எதனையும் தொட்டுப்பார்த்தே என்னால் புரிந்துகொள்ள முடியும்.							
12.	ஒருமுறை பார்த்த பொருளைக் கண்ணை மூடிக்கொண்டு கற்பனையிலும் என்னால் பார்க்க முடியும்.							
13.	அறிவியல் சோதனைகள் மிகவும் பிடிக்கும்.							
14.	சுடோகு போன்ற புதிர்களை விடுவிப்பது பிடிக்கும்.							
15.	கூட்டத்தில் இருப்பதை விரும்புவேன்.							
16.	பிடித்த பாடகர், பாடல், இசையமைப்பாளர், ஆல்பம் என இசை தொடர்பான பெரிய பட்டியலே என்னிடம் உண்டு.							
17.	மேகங்களைப் பார்க்கும்போது அதனை ஏதாவது உருவமாகக் கற்பனை செய்து மகிழ்வேன்.							

18.	வண்ணங்களையும் வடிவங்களையும் உற்று நோக்குவது என் வழக்கம்.								
19.	சுற்றுப்புறச் சூழலில் நிகழும் மாற்றங்களை உற்று நோக்குவேன்.								
20.	நன்றாக ஓவியம் வரைவேன்.								
21.	எப்போதும் பிறரைப் பாராட்டி ஊக்கப்படுத்துவேன். அதனால் எனக்கு நிறைய நண்பர்கள் உண்டு.								
22.	என் உணர்வுகளையும் அதற்கான காரணங்களையும் என்னால் எளிதில் புரிந்துகொள்ள முடியும்.								
23.	கதை கேட்பது, கதை சொல்வது, கதை எழுதுவது எனக்கு பிடித்தமானது.								
24.	வேட்டையாடுதல், மலையேறுதல் போன்றவை பிடிக்கும்.								
25.	அடுக்கு மொழியில் பேசுவதும், இருபொருள்படப் பேசுவதும் எனக்குப் பிடிக்கும்.								
26.	விளையாட்டுகள், வீர சாகச நிகழ்ச்சிகள் மிகவும் பிடிக்கும்.								
27.	தினசரி நிகழ்வுகளை நாள்குறிப்பில் எழுதி வைப்பேன்.								

28.	நான் ஒரு தடகள வீரன்.								
29.	பிறமொழிகள் கற்பதில் ஆர்வம் உண்டு.								
30.	சீட்டு விளையாட்டில் பெரும்பாலும் நான்தான் ஜெயிப்பேன். உடன் விளையாடும் நண்பர்களுக்கு எப்போதும் என்னிடம் தோற்றுவிடுமோ என்ற பயம் இருக்கும்.								
31.	பாடுவது, விசிலடிப்பது பிடிக்கும். மனசுக்குள் எப்போதும் ஒரு பாடல் மெல்லிய குரலில் ஓடிக்கொண்டிருக்கும்.								
32.	நான் படித்ததைப் பற்றி பிறரிடம் பேசப்பிடிக்கும்.								
33.	சொந்தத் தொழிலில் / பங்கு வர்த்தகத்தில் சிறிய முதலீட்டில் பெரிய லாபம் பெறுவதில் கில்லாடி நான்.								
34.	கிராபிக்ஸ் மற்றும் அனிமேஷன் வேலைகள் நன்கு செய்வேன்.								
35.	செஸ், தாயம், பல்லாங்குழி போன்று மூளையைப் பயன்படுத்தி கணக்குப் போட்டு விளையாடும் விளையாட்டுகள் மிகவும் பிடிக்கும்.								
36.	இசைக்கருவிகளை நன்கு வாசிப்பேன்.								
37.	தனிமையில் சிந்திப்பது எனக்குப் பிடிக்கும்.								

38.	குறிக்கோளை அடைய முறையாகக் காலத்தை வகுத்துச் செயல்படுவேன்.								
39.	இசையை ரசிப்பது மற்றெந்த செயலையும் விட மகிழ்வு தரும்.								
40.	மொழிப்பாடம் எனக்கு மிகவும் பிடிக்கும்.								
41.	பாதைகளை எளிதில் நினைவில் வைத்துக்கொண்டு வழிமாறாமல் செல்ல இயலும்.								
42.	விடுமுறையில் வெளியில் செல்வதை விட வீட்டிலிருப்பது பிடிக்கும்.								
43.	அறிமுகம் இல்லாத இடங்களிலும் வழிகாட்டி மேப் வைத்து சுலபமாய்ச் சென்று விடுவேன்.								
44.	ஒரே இடத்தில் வெகு நேரம் இருப்பது எனக்கு மிகவும் கடினமானது.								
45.	சுற்றுப்புறத்தை அசுத்தமாக்குபவர்கள் மீது மிகுந்த கோபம் வரும்.								
46.	சுலபமாக மனக்கணக்கு போட்டு விடையைச் சொல்லிவிடுவேன்.								
47.	விளையாட்டானாலும் சரி, வாழ்க்கையானாலும் சரி எதிரிகளை எப்படி வெல்லவேண்டும் எனக் கணக்குப் போட்டு காயை								

	நகர்த்துவதில் வல்லவன் நான்.								
48.	எதையும் விவாதக் கண்ணோட்டத்துடன் ஆராய்வது என் வழக்கம்.								
49.	விடுமுறையில் ஊட்டி, கொடைக்கானல் போன்ற இயற்கை எழில் கொஞ்சும் இடங்களுக்குச் செல்ல விரும்புவேன்.								
50.	எப்போதும் சுறுசுறுப்பாக ஏதாவது செய்து கொண்டேயிருப்பேன்.								
51.	அல்ஜிப்ராவை விட வடிவியல் (ஜியாமெண்ட்ரி) பிடிக்கும்.								
52.	இயற்கை வளம் மிக்க இடங்களுக்குச் செல்லும்போது புத்துணர்வு அடைகிறேன்.								
53.	புத்தகங்களுக்காகச் செலவழிக்கத் தயங்கமாட்டேன். அவை பொக்கிஷம் போன்றவை.								
54.	பிறருக்கு கற்றுக் கொடுப்பது பிடிக்கும்.								
55.	எந்தப் பொருளையும் எப்படி வேலை செய்கிறது என ஆராய்ந்து பார்க்கப் பிடிக்கும்.								
56.	அழகாகப் புகைப்படம் எடுப்பது எனக்குப் பிடித்த பொழுதுபோக்கு.								

57.	பிறர் என்னதான் சொன்னாலும், நானாகச் சிந்தித்து முடிவெடுப்பது என் வழக்கம்.								
58.	எப்போதும் கைகால் ஒத்திசைவுடன் செயல்படுவேன்.								
59.	செல்லப்பிராணிகளுடன் விளையாடப் பிடிக்கும்.								
60.	நான் ஏன் இப்படி இருக்கிறேன் என அறிய முற்படுவதுண்டு.								
61.	எதைப் பற்றியும் பகுத்தறிவுடன் விவாதிப்பது என் வழக்கம்.								
62.	வனவிலங்குகள் / பறவைகள் சரணாலயத்திற்குச் செல்வது பிடிக்கும்.								
63.	பிறரது உணர்வுகளை என்னால் சுலபமாகப் புரிந்துகொள்ள முடியும்.								
64.	ஏன், எதற்கு, எப்படி என ஆராயும் கண்ணோட்டம் எனக்கு உண்டு.								
65.	எனக்கு உள்ளுணர்வு அதிகம்.								
66.	பலவித ஒலிகளைக் கேட்கப் பிடிக்கும்.								
67.	எனக்கு இயல்பிலேயே தலைமைப் பண்பு அதிகம். என்னைப் பலபேர் பின்பற்றுகின்றனர்.								
68.	பலவித மலர்கள், பறவைகள், விலங்குகள்								

	பற்றி ஆர்வத்துடன் அறிந்துகொள்வேன்.								
69.	பலரும் தன் பிரச்சினைகளை என்னுடன் பகிர்ந்துகொள்ள விரும்புவர். அவர்களுக்கு ஆறுதல் சொல்வது எனக்கு எளிதான ஒன்று.								
70.	சமூக நிகழ்வுகளில் நான் அதிக அக்கறை காட்டுவேன்.								
71.	நான் செய்வது சரியா தவறா என அடிக்கடி ஆன்மப் பரிசோதனை செய்து கொள்கிறேன்.								
72.	புதிய மனிதர்களைச் சந்திப்பதும், அவர்களை நண்பர்களாக்கிக் கொள்வதும் எனக் பிடிக்கும்.								
73.	யோகா, உடற்பயிற்சி போன்றவற்றில் விருப்பம் அதிகம்.								
74.	இசை இல்லாத வாழ்வினை என்னால் வாழ இயலாது.								
75.	குறுக்கெழுத்துப் போட்டிகள், வார்த்தை விளையாட்டுகள் பிடிக்கும்.								
76.	எனது பொழுதுபோக்குகள் அனைத்தும் என்னைச் சார்ந்தவை. பிறரிடம் பேசவேண்டிய அவசியம் இல்லாத பொழுதுபோக்குகள்.								

77.	எனக்குப் பிரச்சினை ஏற்பட்டால் பிறரிடம் உதவி கேட்கத் தயங்கமாட்டேன்.								
78.	எல்லோரையும் கவரும்படி என் வீட்டினை அலங்கரித்து வைத்திருப்பேன்.								
79.	படங்களுடன் கூடிய புத்தகங்களைப் படிப்பது எனக்குப் பிடிக்கும்.								
80.	களிமண் அல்லது கியூப்கள் கொண்டு வெவ்வேறு விதமான உருவங்கள் செய்யும் திறமை எனக்கு உண்டு.								
81.	எண்களும் குறியீடுகளும் சமன்பாடுகளும் எனக்கு மிகவும் பிடிக்கும்.								
82.	எல்லா வயதினருக்கும் என்னைப் பிடிக்கும் வகையில் நான் நடந்து கொள்வேன்.								
83.	பிறரிடம் ஏதேனும் குறை கண்டால் அது என்னிடம் உள்ளதா என ஆராய்ந்து பார்ப்பேன்.								
84.	நடைப்பயிற்சி செய்வதும் உடலினை ஆரோக்கியமாக வைத்துக் கொள்வதும் என் வழக்கம்.								
85.	புதியவர்கள் வீட்டிற்கு வந்தால் அவர்களிடம் என்ன பேசுவது என்று தெரியாமல் புன்னகைத்தபடி அங்கிருந்து நகர முயல்வேன்.								

86.	பட்ஜெட் போட்டுத்தான் செலவு செய்வேன்.								
87.	எல்லா விதமான பொம்மைகளையும், பொருட்களையும் என்னால் கழற்றி மாட்ட முடியும்.								
88.	உடல் சார்ந்த விளையாட்டுகள் எவ்வளவு நேரம் விளையாடினாலும் சோர்வடைய மாட்டேன்.								
89.	குறுகலான, நெரிசலான இடங்களிலும் விபத்தில் சிக்காமல் என்னால் வண்டி ஓட்டமுடியும்.								
90.	சமூகத்தைப் பற்றியும் பிற மனிதர்களைப் பற்றியும் அதிக அளவில் அக்கறை கொள்கிறேன்.								
91.	என் வாதத்திறமை மூலம் என்னால் சுலபமாக வெல்ல முடியும்.								
92.	என் வீட்டின் வரவு செலவுக் கணக்கு அனைத்தும் எனக்குத் தெரியும்.								
93.	எதனையும் முப்பரிமாணத்தில் என்னால் கற்பனை செய்து பார்க்க முடியும்.								
94.	பிரபலமானவர்களின் பல பொன்மொழிகள் எனக்கு ஞாபகத்தில் இருக்கிறது.								
95.	கோடு போடாத வெள்ளைத்தாளிலும் என்னால் அழகாக								

	நேர்கோட்டில் எழுத முடியும்.							
96.	என்னால் நிறைய ஒலிகளை அது எங்கிருந்து வருகிறது எனப்பார்க்காமலே இனம் பிரிக்கத்தெரியும்.							
97.	நடனம் / விளையாட்டு / நடிப்பு சார்ந்த துறையைத் தொழிலாக்கிக்கொள்ள முடியவில்லை என்ற ஆதங்கம் எனக்கு உண்டு. இப்போது வாய்ப்பு கிடைத்தாலும் அத்துறைக்குச் சென்று விடுவேன்.							
98.	தகவல்கள், வெவ்வேறு விதமான வார்த்தைகள், பெயர்கள் எனக்கு நன்றாக நினைவில் நிற்கும்.							
99.	நிறைய செல்போன் எண்களை என்னால் மனனமாகச் சொல்ல இயலும்.							
100.	பிறர் நான் பேசுவதையோ எழுதுவதையோ பாராட்டுவது எனக்குப் பிடிக்கும். எந்த விசயத்தையும் தெளிவில்லாமல் தெரிந்து கொள்வது எனக்கு பிடிக்காது. அது பற்றி முற்றிலுமாகத் தெரிந்துகொள்ள முற்படுவேன்.							
101.	விளையாட்டுச் சம்பந்தமான தொலைக்காட்சி நிகழ்வுகளைப் பார்ப்பதில் மிகுந்த விருப்பமுண்டு.							

102.	பின்னணியில் ஏதேனும் இசை கேட்டுக்கொண்டிருப்பது எனக்கு பிடிக்கும்.								
103.	திரைப்படங்கள் பார்த்தபின் அதன் கதை பற்றி யோசிப்பதும் பேசுவதும் எனக்குப் பிடிக்கும்.								

முடித்து விட்டீர்களா.? இப்போது A க்கு எவ்வளவு, B க்கு எவ்வளவு, C க்கு எவ்வளவு என ஒவ்வொன்றின் மொத்த மதிப்பெண்களையும் கீழே உள்ள அட்டவணையில் குறித்து வைத்துக்கொள்ளுங்கள்.

A	
B	
C	
D	
E	
F	
G	
H	

உங்கள் மதிப்பெண்களுக்குரிய விளக்கத்தினை, சில அத்தியாயங்கள் கடந்த பின்னால் பார்க்கலாம். இப்போது சில முக்கியமான விஷயங்களைப் பற்றிப் பேச ஆரம்பிக்கலாம்.

நுண்ணறிவு – ஓர் அறிமுகம்

நுண்ணறிவு என்ற வார்த்தையைப் பற்றி கொஞ்சம் தெரிந்து கொள்வது அவசியம். ஏனெனில் இந்தப் புத்தகம் முதன்மையாகப் பேசப் போவது அதனைப் பற்றித்தான். ரொம்பவும் குழப்பமான விஷயங்களைப் பற்றி வாசிக்கப்போகிறோம் என்றெல்லாம் பயப்படவேண்டாம். நமக்குத் தெரிந்த எளிய மொழியில் சுலபமாக விளங்கிக்கொள்வோம்.

பொதுவாக நுண்ணறிவு என்பதற்கான பொருள் என்ன என்று தேடினால், உங்களுக்குப் பலப்பல விளக்கங்கள் புரியாத மொழியில் கிடைக்கும். எல்லாம் காதைச் சுற்றி மூக்கைத் தொடுவது போல இருக்கும். அதனால் அதனையெல்லாம் விட்டு விடுவோம். சுருக்கமாக நமக்குப் புரியும் பாஷையில் சொல்வது என்றால் நுண்ணறிவு என்பது, குழந்தைகள் அல்லது மனிதர்கள் விரைவாகக் கற்றுக் கொள்வது எனச் சொல்லலாம். இந்த நுண்ணறிவு என்னும் வார்த்தையை வைத்துக்கொண்டு எண்ணற்ற வரையறைகள், கோட்பாடுகள், சோதனைகள் என இருபதாம் நூற்றாண்டின் ஆரம்பத்திலிருந்து ஏகப்பட்ட அக்கப்போர் நிகழ்ந்திருக்கிறது. முதன் முதலில் இருபதாம் நூற்றாண்டின் துவக்கத்தில் ஆல்பிரெட் பினே (Alfred Binet - நுண்ணறிவுச் சோதனைகளின் தந்தை எனப்படுபவர்) ஒரு கோட்பாட்டினை வெளியிட்டார். இதற்கு ஒற்றைக்காரணிக் கோட்பாடு என்று பெயர்.

ஒற்றைக்காரணிக் கோட்பாட்டின்படி நுண்ணறிவு என்பது ஒருவரின் பலவகைத் திறன்களை

ஆல்பிரெட் பினே

இயக்கக்கூடிய ஒரு திறன் என்றார். அதாவது ஒருவர் மிகுந்த நுண்ணறிவு பெற்றிருந்தால் வாழ்க்கையின் எல்லாப் பகுதிகளுக்கும் அதனைப் பயன்படுத்தி வெற்றி பெறுவார் என்று கூறினார். அதாவது ஒருவருக்கு நுண்ணறிவு அதிகமாக இருப்பின், அவர் நன்றாகப் பாடுவார், நன்றாகச் சமைப்பார், நன்றாக வாகனம் ஓட்டுவார், நன்றாகப் படிப்பார், இப்படிப் பல, ஒரு சூப்பர்மேன்போல. ஆனால் நடைமுறை வாழ்க்கையில் இது சாத்தியப்படுவதில்லை என்பதே இந்தக் கோட்பாட்டின் பெரிய குறையாகிப் போனது.

1908ல் ஆல்பிரெட் பினே மன வயது (MENTAL AGE) என்ற ஒரு கருத்தை வெளியிட்டார். அதனை அளக்கும் முறையினைப் பற்றியும் விளக்கினார். இந்த மன வயதின் அடிப்படையில் ஐ.க்யு (IQ) எனும் நுண்ணறிவு ஈவினை (Intelligence Quotient) கணக்கிடும் முறை உருவாக்கப்பட்டது. இந்த IQ என்ற சுருக்கம் வில்லியம் ஸ்டெர்ன் (William Stern) என்ற உளவியலாளரால் ஜெர்மன் வார்த்தையான Intelligenz quotient என்ற வார்த்தையிலிருந்து உருவாக்கப்பட்டது.

நுண்ணறிவு ஈவு (IQ) = (மன வயது / கால வயது) X 100

என்னடா இது மன வயது, கால வயது, நுண்ணறிவு ஈவு அதற்கு ஒரு சூத்திரம் என பயப்பட வேண்டாம். ஒன்றும் பெரிய விஷயம் இல்லை. உதாரணமாக இப்போது உங்களுக்கு வயது 18 என்று வைத்துக்கொள்வோம். நீங்கள் ஓர் அதிபுத்திசாலியாக இருந்து 20 வயது நபருக்கு உள்ள அறிவு உங்களுக்கு இருக்கிறது என நிரூபணம் செய்தால் உங்கள் மன வயது

20. கால வயது 18. அவ்வளவுதான் அதனை வைத்து உங்கள் நுண்ணறிவு ஈவினைக் கணக்கிட்டு விடுவார்கள். சரி என் மன வயது 20 என்று எப்படி நிரூபணம் செய்வது? அதற்கு ஒரு தனியான தேர்வு அணுகுமுறை இருக்கிறது. அது இப்போது நமக்கு வேண்டாம். நுண்ணறிவு ஈவு என்றால் என்ன என்ற அடிப்படைத் தகவல்கள் மட்டும் இப்போதைக்குப் போதும்.

நுண்ணறிவு ஈவு சோதனைகளுக்கான பெல் வரைபடம்

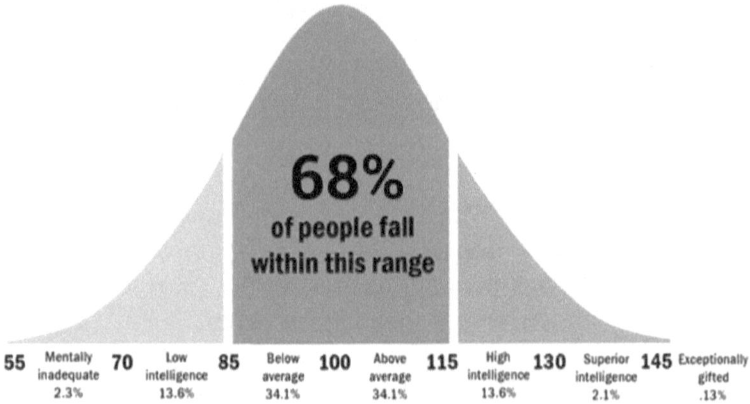

பல்வேறு சோதனை முடிவுகளின் அடிப்படையில் வரையப்பட்ட பெல் வரைபடம்தான் மேலே உள்ளது. ஆய்வு முடிவுகளில் 68% மனிதர்களின் நுண்ணறிவு ஈவானது 85 லிருந்து 115க்குள் இருக்கிறது என்று கண்டறிந்து உள்ளனர்.

ஒற்றைக்காரணி கோட்பாட்டிற்குப்பின், ஸ்பியர்மேன் என்பவர் இரட்டைக்காரணிக் கோட்பாடு என ஒன்றை வெளியிட்டார். அதன்படி நுண்ணறிவு என்பது ஒரு பொதுத்திறன் மற்றும் ஒரு சிறப்புத்திறன் ஆகியவற்றின் கூடுதல் என்றார். உதாரணத்திற்கு மின் சக்தி என்பது பொதுத்திறன். மின்விளக்கு, மின்விசிறி போன்றவை சிறப்புத்திறன்.

பல்வேறு செயல்களில் திறமையாகச் செயல்படும் மாணவர்களிடம் பொதுக்காரணி அதிகம் இருக்கும். ஆனால் அவனது கணிதத்திறன், இசைத்திறன் போன்ற சிறப்புக்காரணிகளில் ஒன்று குறைந்தும் மற்றது கூடியும் காணப்படும். அதாவது செயல்திறன் 1 = பொதுக்காரணி + சிறப்புக்காரணி 1, செயல்திறன் 2 = பொதுக்காரணி + சிறப்புக்காரணி 2 இப்படியாக.

IQ என்பது குறித்து தொடர்ச்சியான விவாதங்கள் உலகளவில் நிகழ்ந்துகொண்டேயிருக்கிறது. சோதனை முறைகளைப் பொருத்து IQ மாறுபடும் என்பதும் ஒரு தொடர்ச்சியான விவாதம் ஆகும். இன்றைய தேதியில் 70 முதல் 140 வரை என்பதுதான் 90% பேரின் IQ ஆக இருக்கிறது (100க்கு சமன் செய்யப்படும் மதிப்பு இது.) 140க்கு மேல் IQ இருந்தால் புத்திக்கூர்மை உடையவர்களாய் அறியப்படுகிறார்கள். 70க்கு கீழ் IQ இருந்தால் புத்திக்கூர்மை குறைந்தவர்கள் என்று வகைப்படுத்துகிறார்கள்.

தலை சிறந்த விஞ்ஞானியான ஆல்பர்ட் ஐன்ஸ்டீன் IQ 160 ஆகும். 2016ம் ஆண்டில் லண்டனைச் சேர்ந்த பதினொரு வயதேயான காஷ்மியா வாஹி IQ தேர்வில் 162 எடுத்தார். பதினொரு வயதில் அவர் அந்த IQ மதிப்பெண் எடுத்தது பரபரப்பாகப் பேசப்பட்டது. இன்றைய தேதியில் உலகளவில் அதிக IQ மதிப்பெண் வைத்திருக்கும் நபர்களையும் தெரிந்து கொள்வோம்.

1. யங்ஹூன் கிம் – தென் கொரியா –IQ 276
2. ஜோஹன் வொல்ப்காங் வான் கோதே – ஜெர்மனி – IQ 210 to 215
3. லியோனார்டோ டாவின்சி – இத்தாலி - IQ 180 to 220
4. ஜேம்ஸ் கிளார்க் மேக்ஸ்வெல் – ஸ்காட்லாந்து – IQ 190 to 205
5. நிக்கோலஸ் கோப்பர்நிகஸ் – போலந்து – IQ 160 to 200
6. வில்லியம் ஜேம்ஸ் சிடிஸ் – அமெரிக்கா - IQ 200 to 300
7. கார்ல் ஃபிரெட்ரிக் காஸ் – ஜெர்மனி - IQ 250 to 300
8. நிகோலா டெஸ்லா – ஆஸ்திரியா - IQ 160 to 310
9. ஃபிராங்க்கோயிஸ் மேரி அரூட் (வால்டேர்) – ஃபிரான்ஸ் - IQ 190 to 200

10. கிறிஸ்டோஃபர் ஹிராட்டா - ஜப்பானிய அமெரிக்கர் - IQ 225

11. டெரன்ஸ் தாவோ – ஆஸ்திரேலியா - IQ 211 to 230

இரட்டைக்காரணி கோட்பாட்டிற்குப் பின்னும் ஏகப்பட்ட கோட்பாடுகள் வெளியிடப்பட்டன. அதன்படி சில பல விஷயங்கள் நுண்ணறிவினைப் பற்றி விளக்கப்பட்டன.

1) நுண்ணறிவு என்பது பாரம்பரியம் (மரபு) மற்றும் சூழலால் தீர்மானிக்கப்படுகிறது.

2) நுண்ணறிவு நபருக்கு நபர் வேறுபடும்.

3) வயது கூடக்கூட நுண்ணறிவில் முன்னேற்றம் ஏற்படும்.

4) இனம் மற்றும் பண்பாட்டு அடிப்படையில் நுண்ணறிவு வேறுபடுகிறது.

5) பாலினம் நுண்ணறிவினைத் தீர்மானிப்பதில்லை.

6) நுண்ணறிவு என்பது ஒரு தனித்த திறன், அதனை முறையாகக் கற்பித்தல், பயிற்சி, அனுபவம் மூலம் வளர்க்க முடியும்.

இன்னும் பல விளக்கங்கள் வெளிவந்தன. இப்படியாக, எல்லோரும் நுண்ணறிவினையும் நுண்ணறிவுச் சோதனைகளையும் வைத்து விளையாடி இருக்கிறார்கள். எல்லாவற்றையும் இங்கே பேசினால் புத்தகத்தை மூடி வைத்து விட்டு அடுத்த வேலைக்குப் போய் விடுவீர்கள். ஆகையினால் நமக்கு எது தேவையோ அதற்கு வருவோம்.

பல்முனை நுண்ணறிவுக் கோட்பாடு

1983ல் அமெரிக்காவின் ஹார்வார்டு பல்கலைக் கழகக் கல்வியியல் துறைப் பேராசிரியர் ஹோவார்டு கார்ட்னர் (HOWARD GARDNER) தான் வெளியிட்ட பிரபல நூலான 'மனத்திட்பங்கள் - பன்முக நுண்ணறிவுக் கோட்பாடு' (FRAMES OF MIND: THE THEORY OF MULTIPLE INTELIGENCE) என்பதில் எட்டு வகையான நுண்ணறிவுகளை விவரிக்கிறார்.

மேற்கொண்டு அவரது கோட்பாட்டினைப் பற்றிப் படிக்கும்முன் அவரைப் பற்றிய ஒரு சிறிய அறிமுகத்தினைப் பார்த்து விடலாம். ஹோவார்ட் கார்ட்னர் 1943ல் பென்சில்வேனியாவில் பிறந்தவர். ஹார்வார்ட் பல்கலைக்கழகத்தில் சமூக உறவுகள் குறித்த படிப்பில் பி.ஏ (B.A. in Social Relations) பட்டமும் வளர்ச்சி உளவியலில் முனைவர் (PhD in Developmental Psychology) பட்டமும் பெற்றவர்.

ஹோவார்ட் கார்ட்னர்

ஹார்வர்ட் கிராஜுவேட் ஸ்கூல் ஆஃப் எஜுகேசனில் (Harvard School of Education) பேராசிரியராகப் பணியாற்றியவர். இவரது 'மனத்திட்டங்கள் – பன்முக நுண்ணறிவுக் கோட்பாடு' என்ற நூல் உளவியல் கருத்துகளில் ஒரு பெரும் தாக்கத்தினை ஏற்படுத்தியது.

ஹோவார்டு கார்ட்னர் கருத்துப்படி இதற்கு முந்தைய IQ அளவிடும் சோதனைகள் எல்லாம் குறுகிய கண்ணோட்டத்தில் ஆனது. ஆனால் மனித மனத்திறன்கள் பரந்து பட்டது. பல்வகைப்பட்டது. ஒவ்வொரு மனிதர்களுக்கும் உள்ள அறிவுத்திறன்களை அவர் எட்டு விதமாகப் பிரித்தார்.

எட்டு வகையான அறிவுத்திறன்கள்

1. மொழித்திறன் (VERBAL / LINGUISTIC INTELLIGENCE)
2. தர்க்கரீதியான கணிதத்திறன் (LOGICAL / MATHEMATICAL INTELLIGENCE)
3. இடம் சார்ந்த காட்சித்திறன் (VISUAL / SPATIAL INTELLIGENCE)
4. உடல் இயக்கத்திறன் (BODILY KINAESTHETIC INTELLIGENCE)
5. இசைத் திறன் (MUSICAL INTELLIGENCE)
6. சமூகத்துடன் கலந்து பழகும் திறன் (INTERPERSONAL INTELLIGENCE)
7. தன்னைத்தான் அறிந்து கொள்ளும் திறன் (INTRA PERSONAL INTELLIGENCE)
8. இயற்கையைப் புரிந்து கொள்ளும் திறன் (NATURALISTIC INTELLIGENCE)

இந்தக் கோட்பாட்டின்படி ஒவ்வொரு குழந்தைகளும் / மனிதர்களும் எட்டு விதமான திறன்களைக் கொண்டிருக்கின்றனர். அவர்களுக்கு இயல்பிலேயே ஏதேனும் ஒன்றிரண்டு திறன்கள் மற்ற திறன்களைக் காட்டிலும் அதிகமாக இருக்கும். அதனைச் சரியாகக் கண்டறிந்து அதனை வளர்க்கச் செய்தோமேயானால் அவர்கள் அந்தத் துறையில் சாதனையாளர்கள் ஆகிறார்கள். இப்போது கொஞ்சம் கண்களை மூடி நாம் நம் குழந்தைகளிடம் என்ன எதிர்பார்க்கிறோம், நம் கல்வி முறை எந்தெந்த அறிவினைத்

தூண்டுகிறது என்று யோசித்துப்பாருங்கள். உண்மையில் நம் கல்வி முறை மொழியறிவு மற்றும் கணிதத் திறன் இரண்டின் அடிப்படையில் மட்டுமே இயங்கிக் கொண்டிருக்கிறது எனலாம். உடனே கல்வி முறையே தவறு, ஆசிரியர்களே தவறு என யோசிக்க வேண்டாம்.

பதினைந்து இருபது வருடங்களுக்கு முன்னால் பள்ளியில் விளையாட்டு என்று ஒரு வகுப்பு, கால அட்டவணையில் இருக்கும். அந்த வகுப்பிற்காக ஏங்கிக்கொண்டிருப்போம். ஆனால் இப்போது, விளையாட்டு வகுப்பெல்லாம் வேண்டாம் அந்த நேரத்தில் ஒரு பாடத்தை (Lesson) முடித்திடலாம் என ஆசிரியர்கள் சொல்வதற்குமுன் பெற்றோர்கள் சொல்கிறோம். மதிப்பெண் மட்டுமே வாழ்க்கை என்று அவர்களுக்குக் கற்றுக் கொடுத்ததில் பெற்றோர்களுக்கும் பெரும் பங்கு உண்டு. நமது ஆவலை, ஆசையைச் சிலர் அல்ல பலர் வியாபாரமாக்கிக் கொண்டார்கள். சரி சென்றதை விடுவோம். இப்போது கொஞ்சம் கண்களை மூடுங்கள். உண்மையில் உங்கள் குழந்தைக்கு என்ன திறன் இருக்கிறது. கொஞ்சம் யோசித்துப் பாருங்கள். நூற்றுக்குத் தொண்ணூறு சதவீதம் சரியாய்ச் சொல்ல மாட்டீர்கள்.

சரி விடுங்கள். உங்களுக்கு என்ன தனித்திறன் இருக்கிறது? நூற்றுக்கு எண்பது சதவீதம் பேருக்குத் தெரியாது. இப்படி நம்மையே நாம் அறியாது, நாம் எப்படிக் குழந்தைகளை வழி நடத்துவோம். அதற்குத்தானே ஆசிரியர்கள் இருக்கிறார்கள், பள்ளி இருக்கிறது என நீங்கள் நினைத்தால் ஒரு கேள்விக்குப் பதில் சொல்லுங்கள்.

உங்களுக்கு இரண்டு குழந்தைகள் இருக்கின்றனர். அவர்களை அறிந்து கொள்வது சுலபமா அல்லது நாற்பது ஐம்பது குழந்தைகளை வகுப்பில் அடைத்து வைத்திருக்கும் ஆசிரியர்கள் ஒவ்வொரு குழந்தைகளையும் அறிந்து கொள்வது சுலபமா. இது எல்லாவற்றையும் விடுங்கள். அவர்கள் நம் குழந்தைகள். அவர்களுக்கான சிறந்த வழியினைக் காட்டவேண்டிய கட்டாயம், மற்ற எல்லோரைக்காட்டிலும் நமக்கு அதிகமாக இருக்கிறது. அதனால் முதலில் இந்த எட்டு விதமான அறிவுத்திறன்களைப் பற்றித் தெளிவாகத் தெரிந்து கொள்வோம். அதன்பின் நாம் நம் குழந்தைகளை வழிநடத்தத் தயாராவோம்.

மொழி அறிவு

மொழி அறிவு குறித்துப் பேசும்முன், ஒரு மொழி என்பது எவ்வளவு இன்றியமையாதது என்பதனை (முக்கியமாய் தாய்மொழி) புரிந்து கொள்ளுதல் அவசியம். ஏனென்றால் மொழி என்பது உரையாடலுக்குப் பயன்படும் ஒரு கருவி அவ்வளவுதான் என்ற எண்ணம் இப்போது பரவலாக உள்ளது. (ஆங்கிலத்தில் 'Just a communication tool. thats it' எனச் சொல்லும் நிறைய மனிதர்களைப் பார்க்கிறேன்.) எனவே ஒரு சிறிய வரலாற்றுச் சம்பவத்தினைப் பகிர்ந்துகொண்டு மேற்கொண்டு தொடரலாம்.

இன்றைய தேதியில் தொழில்நுட்பம், வேளாண்மை இன்னபிற துறைகளில் சிறந்த நாடுகள் என்று எடுத்துக் கொண்டால் பட்டியலில் இஸ்ரேலும் இருக்கும். அது யூத இனத்தவர்களின் கனவு தேசம். உலக சரித்திரத்தைக் கவனித்துப் பார்த்தால் தெரியும், வரலாறு காணாத அடி உதைகளை வாங்கிய இனம். எவ்வளவு துயரங்களைச் சந்தித்தபோதும், தங்கள் அடையாளங்களைத் தொலைக்காமல் பாதுகாத்து வரும் இனம். 1948ல் இஸ்ரேல் என்னும் தேசம் பிறக்கும்வரை அவர்கள் எமக்கானது எனக் கொண்டாடிக்கொள்ள ஒரு நிலம் கிடையாது. ஒரு நீண்ட நெடிய, பல தலைமுறைகள் கடந்த போராட்டத்திற்குப்பின், அவர்கள் ஒரு முடிவு எடுக்கிறார்கள். நமக்கு என்று ஒரு தேசம்வேண்டும் என்று. உலகில் உள்ள யூதர்கள் அனைவரையும் இணைக்க முடிவு செய்கின்றனர். தொலைந்து போன தமது அடையாளங்களை மீட்டெடுக்க

நினைக்கின்றனர். அதற்காக, முதலாவதாக அவர்கள் செய்த காரியம் அவர்களின் தாய் மொழியான ஹீப்ருவை மீட்டெடுத்தது.

ஹீப்ரு மொழி பொ.யு.மு.12 அல்லது 13ம் நூற்றாண்டிலிருந்து வழக்கில் இருப்பது. பின்னாட்களில் கொஞ்சம் கொஞ்சமாக வழக்கொழிய ஆரம்பித்து. பொ.யு.1800களின் இறுதியில், சரியாகச் சொன்னால் 1880 வருட வாக்கில் பழைய நூல்களில் இருந்தும், பேச்சு வழக்கிலிருந்தும் அவர்களின் முழுமையான மொழியினை மீட்டெடுத்தனர். பின்னர் ஒவ்வொரு யூதர்களையும் அது சென்று சேரும்படி கற்றுக் கொடுத்தனர். மொழி அவர்களின் தொலைந்த கலாசாரத்தினை மீட்டுக்கொடுத்தது. பல தலைமுறைகளுக்கான கனவு, ஹீப்ரு மறு உருவாக்கம் செய்யப்பட்ட 70 ஆண்டுகளுக்குள் நிறைவேறியது.

இன்றைக்கு, அவர்களின் ஆட்சி மொழி ஹீப்ரு. பேச்சு வழக்கில்கூட அவர்களின் மொழியினை மாற்றிக் கொள்வதில்லை. எப்படி எழுதப்படுகிறதோ, அப்படியே பேசுவார்கள். எந்தச் சூழலிலும் மொழி உடைவதை அவர்கள் அனுமதிப்பதில்லை. அதற்குக் காரணம், அதற்குப் பின்னால் இருக்கும் அவர்களின் பல தலைமுறைப் போராட்டம். மொழியில் என்ன இருக்கிறது எனக் கேட்கும் தோழர்களுக்கான பதிலே இந்தச் சரித்திரம். மொழி என்பது வெறும் வார்த்தைகள் மட்டுமல்ல. கண்ணதாசன், ஜெயகாந்தன், சாலமன் பாப்பையா, கோபிநாத், ரங்கராஜ் பாண்டே, பாரதி பாஸ்கர் போன்றவர்களிடம் நம்மைக் கவர்வது அவர்களின் மொழி அறிவு.

சில குழந்தைகளை நீங்கள் கவனித்திருக்கலாம் மொழிப்பாடங்களை ஆர்வமாகப் படிப்பார்கள், கதை கேட்பதில் அல்லது கதை சொல்வதில் மிகுந்த ஆர்வம் காட்டுவார்கள். எனக்குத் தெரிந்த ஒரு சிறுவன் ஞாயிற்றுக்கிழமைக் காலை முதல் வேளையாக வாரமலரின் குறுக்கெழுத்துப் போட்டியை முழுவதுமாக நிரப்பி விட்டுத்தான் அடுத்த வேலை பார்ப்பான். யார் என்ன சொன்னாலும் திட்டினாலும் அதை அவன் தவறவிடுவதில்லை. அதில் அவனுக்கு ஒரு ஆனந்தம். இது போன்ற விஷயங்கள் இயல்பிலேயே மொழித்திறன் உடைய குழந்தைகளிடம் காணப்படும்.

பொதுவாக மொழித்திறன் அதிகம் உள்ள குழந்தைகள் மொழிப்பாடங்களில் அதிகம் கவனம் செலுத்துவார்கள்.

படிப்பதிலும் (பாடப்புத்தகங்களை மட்டும் அல்ல) எழுதுவதிலும் ஆர்வமுடையவர்களாயிருப்பர். குறுக்கெழுத்துப் போட்டி போன்ற வார்த்தை விளையாட்டுகளில் ஈடுபாடு காட்டுவார்கள். புதுப்புது வார்த்தைகளை உபயோகிக்க விரும்புவார்கள். அதேபோல படித்தவற்றை உரையாடல் மூலம் பகிர்ந்துகொள்ள விரும்புவார்கள். புதிய மொழிகளைக் கற்றுக்கொள்வதில் ஆர்வம் காட்டுவார்கள். மொழித்திறன் மிக்கவர்கள் பொதுவாகக் கவிஞர்களாக, எழுத்தாளர்களாக, பத்திரிகையாளராக,ஊடகவியலாளர்களாக,திரைப்படத்துறை சார்ந்தவராக, மேடைப் பேச்சாளர்களாக, ஆசிரியர்களாக, மொழிபெயர்ப்பாளர்களாகச் சிறந்து விளங்கமுடியும்.

மொழித்திறன் அதிகம் உள்ள குழந்தைகளுக்கு, நிறையப் புத்தகங்களை வாசிக்க வாய்ப்பு ஏற்படுத்திக் கொடுக்கலாம். தினசரி செய்தித்தாள் படிக்க ஊக்குவிக்கவேண்டும். மேடைப்பேச்சு, பட்டிமன்றம் போன்றவற்றில் கலந்துகொள்ள வாய்ப்புகள் ஏற்படுத்திக் கொடுக்கவேண்டும். கதை, கவிதை, நகைச்சுவைகள் படிக்கவும் எழுதவும் சொல்லவும் அவர்களை ஊக்குவிக்கலாம். அதே போல ஓய்வு நேரங்களில் விளையாடும் போதும், விடுகதைகள், வார்த்தை விளையாட்டுக்கள் போன்றவற்றில் ஈடுபடுத்துவதன் மூலமும் அவர்களின் ஆர்வத்தை மேம்படுத்தலாம். ஏற்கெனவே சொன்னது போல அவர்கள் சுலபமாகவும் ஆர்வமாகவும் பிற மொழிகளைக் கற்றுக் கொள்வார்கள். எனவே அதற்கான அதிகப்படியான வாய்ப்புகளை ஏற்படுத்திக் கொடுக்கவேண்டும்.

பொதுவாக ஒரு மொழி என்பது அம்மொழியின் வார்த்தைகள், இலக்கணம், உச்சரிப்பு இந்த மூன்றினையும் சார்ந்தது என்பதனை நினைவில்கொள்ளவேண்டும். ஒரு மொழியினைக் கற்றுக்கொள்வதோடு அந்த மொழியின் இலக்கியங்களைப் படிப்பதன் மூலம் அந்த மொழியில் பண்டிதன் ஆக முடியும். அதற்கேற்பக் குழந்தைகளை வழிநடத்தவேண்டும். இது போன்ற சிறு சிறு ஊக்குவித்தல் மூலம் அவர்களை அடுத்த நிலைக்குச் சுலபமாகக் கொண்டு செல்லலாம். வெறும் மொழி அறிவினால் மட்டும் ஒரு குழந்தை சாதனையாளர் ஆகிவிட முடியுமா என்று உங்களுக்குள் ஒரு கேள்வி தோன்றினால், கண்ணதாசன், ஜெயகாந்தன், சாலமன் பாப்பையா, கோபிநாத், ரங்கராஜ் பாண்டே, பாரதி பாஸ்கர் போன்றவர்களை மீண்டும் ஒரு முறை நினைத்துப் பார்த்துக்கொள்ளுங்கள்.

உங்களுக்கெல்லாம் ஹாரிபாட்டர் நாவலும் அதனை எழுதிய ஜே.கே.ரவுலிங்க் (J.K.Rowling) அவர்களையும் தெரிந்திருக்கும்.

வெறும் எழுத்தின் மூலம் மட்டுமே, மில்லியன் கணக்கில் பணமும் புகழும் சம்பாதிக்கும் ஒரு பெண்மணி. தனது வாழ்நாளின் ஆரம்பக்கட்டங்களில் மிகவும் ஏழ்மை நிலையில், பல பிரச்சினைகளைச் சந்தித்துக்கொண்டு, ஒரு கட்டத்தில் அரசின் உதவித்தொகையினை வாங்கி வாழ்வினை நகர்த்திக் கொண்டிருந்தவர், ஏதோ ஒரு புள்ளியில் தனக்குள் இருக்கும் எழுத்துத் திறமையினைக் கண்டுகொண்டு, ஹாரிபாட்டர் நாவலை எழுத ஆரம்பித்தார். இப்போது அவரை உலகம் கொண்டாடுகிறது.

மொழி அறிவு உடைய குழந்தைகள்

பலம்

எழுத்தும் பேச்சும்

சிறப்பியல்புகள்

படிப்பதில் எழுதுவதில் மகிழ்வார்கள்.

விசயங்களை நன்கு விளங்கிக்கொள்வார்கள்.

கற்பனைத்திறன் இருக்கும்.

கதைகள் சொல்வதில் ஆர்வம் இருக்கும்.

விவாதங்களில் பங்கேற்ப விரும்புவார்கள்.

சிறப்பாகச் செயல்பட முடியும் துறை

பத்திரிகையாளர் / ஊடகவியலாளர்

எழுத்தாளர்

வழக்கறிஞர்

ஆசிரியர்

திரைத்துறை

முன்னேற்றத்திற்கான வழிகள்

புத்தகங்கள், செய்தித்தாள்கள் வாசிக்கப் பழக்குதல்

எழுதப் பழக்குவது.

வார்த்தை விளையாட்டுகள் விளையாடுதல்.

புதிய மொழிகளைக் கற்றுக்கொடுப்பது.

தர்க்கரீதியான கணிதத்திறன்

ராமானுஜம், அப்துல்கலாம், அம்பானி, சுந்தர் பிச்சை, ராம்ஜெத்மலானி, அருந்ததி பட்டாச்சார்யா இவர்களுக்குள் என்ன தொடர்பு? ஒருவர் கணித மேதை, மற்றவர் விஞ்ஞானி, அடுத்தவர் வியாபாரி, அடுத்தவர் கணினி மேதை, அடுத்தவர் வழக்கறிஞர், அடுத்தவர் எஸ்.பி.ஐ வங்கியின் முன்னாள் சேர்மன். இவர்களுக்குள் என்ன பொதுவாக இருக்கமுடியும்? இவர்கள் அனைவருக்கும் உள்ள பொதுவான திறமை தர்க்க அறிவு.

எட்டுவகை அறிவுகளில் ஒன்று கணிதத்திறன் என்று கூறியவுடன் நமக்குக் கூட்டல், பெருக்கல், வகுத்தல், கழித்தல் போன்ற கணக்கீடுகள் மட்டும்தான் உடனடியாக நினைவில் வரும். ஆனால் தர்க்கரீதியான கணித அறிவு என்பது எதனையும் ஏன், எதற்கு என்று ஆராய்ந்து பார்க்கும் அறிவு. ‘லாஜிக்’ என்ற வார்த்தையினை இப்போது நாம் வெகு சாதாரணமாகப் பேச்சு வழக்கில் வைத்திருக்கிறோம். லாஜிக்கே இல்லாமல் பேசாதே, அந்த படத்தில் லாஜிக்கே இல்லை இப்படி. காரண காரியத்தினை ஆராயும் தன்மையே லாஜிக் என்பது நமக்குத் தெரியும். அதுதான் இந்தத்திறன்.

வேலூரில் நான் தங்கியிருந்த சமயம் என் அறைக்கு அருகிலிருந்த வீட்டில் ஒரு சிறுவன் இருந்தான். எல்லா விஷயங்களுக்கும் கேள்வி கேட்பான். ஒரு பறவை பறந்து போயிற்று என்று சொன்னால், அதனால் எப்படிப் பறக்க முடிகிறது என்று கேட்பான். நான் இன்றைக்கு காரில் வந்தேன்

என்றால் கார் எப்படிச் செயல்படுகிறது என்று கேட்பான். சில நேரங்களில் அவன் கேட்கும் கேள்விகளுக்கு நமக்கே பதில் தெரியாது. தேடிப்பார்த்துச் சொல்கிறேன் என்பேன். சரியாய் ஒரு வாரத்தில் மீண்டும் கேட்பான். அந்தக் கேள்விக்குப் பதில் கிடைக்கும்வரை விட மாட்டான். அவனுக்கான செல்லப்பெயர் ‘கேள்வியின் நாயகன்’ என்று வைத்திருந்தேன். இப்போது இந்தியாவின் ஒரு முக்கியப் பொறியியல் கல்லூரியில் பொறியியல் படித்துக் கொண்டிருக்கிறான். விஞ்ஞானி ஆவதே லட்சியம் என்கிறான். அவனிடம் இருந்த திறமை தர்க்கரீதியான கணிதத்திறன் என்பதெல்லாம் அவனுக்குச் சிறுவயதில் தெரியாது. ஆனால் அந்தத்திறனுக்கு அவன் சரியான தீனியினைத் தேடிக்கொண்டே இருந்திருக்கிறான். அவனுக்கு அது கிடைத்தும் இருக்கிறது. இப்போது சரியான பாதையில் பயணித்துக் கொண்டிருக்கிறான்.

இந்தத்திறன் உடைய குழந்தைகள் கணிதம் மற்றும் அறிவியல் பாடங்களில் ஆர்வமுடையவர்களாய் இருப்பார்கள். அதே போலக் காரணகாரியங்களை ஆராய்பவர்களாகவும் புதிர் விளையாட்டுக்களில் ஆர்வமுடையவர்களாகவும் அறிவியல் ஆய்வுகளில் விருப்பமுடையவர்களாகவும் பிரச்சினைகளின் தீர்வுகளை ஆராய்பவர்களாகவும் இருப்பார்கள். கணினி வல்லுநர், அறிவியல் ஆராய்ச்சியாளர், வழக்கறிஞர், வியாபாரி, ஆடிட்டர், பொறியியல் வல்லுநர், வங்கி அதிகாரிகள் போன்ற பணிகளில் இவர்கள் சிறந்து விளங்குவார்கள்.

பொதுவாக இப்போது அனைத்துப் போட்டித்தேர்வுகளிலும் தர்க்கரீதியிலான புதிர்களை விடுவிக்கும் திறனை (LOGICAL & MATHEMATICAL QUESTIONS) ஆராய்வதற்கான கேள்விகள் அதிகம் கேட்கப்படுகின்றன. இந்தத் திறனுக்கான பயிற்சி சிறு வயதிலிருந்தே கிடைத்தால், இந்தத் தேர்வுகளை அவர்கள் சுலபமாக எதிர் கொள்வார்கள். பொதுவாக நிறையப் புதிர் மற்றும் கணிதப் போட்டிகளில் கலந்துகொள்ளச் செய்வதன் மூலமும், அவர்களின் பக்கவாட்டுச்சிந்தனை மற்றும் கட்டுக்களை விடுவித்து யோசிக்கும் சிந்தனை (LATERAL THINKING & OUT OF BOX THINKING - இதனைப் பற்றிய அறிமுகம் மற்றும் விளக்கத்தைப் பின்னால் வரும் அத்தியாயங்களில் பார்ப்போம்.) போன்றவற்றை வளர்க்கும் பயிற்சியினை அளிப்பதன் மூலமும் இவர்களின் அறிவினை மேலும் பிரகாசிக்கச் செய்யலாம்.

பொதுவாக இத்திறன் இயல்பில் உள்ள குழந்தைகள் எதனையும் உடனடியாக ஏற்றுக்கொள்ள மாட்டார்கள். ஏன்

எதற்கு என்று ஆராய்வார்கள். சில நேரங்களில் கேள்விகளும் அதிகமாக வரும். அவர்களைக் கேள்வி கேட்க ஊக்குவிப்பதும் அதற்குரிய சரியான பதில்களைத் தேடித்தருவதும் மிக மிக முக்கியம்.

தர்க்கரீதியான கணிதத்திறன் உடைய குழந்தைகள்

பலம்

ஆராயும் திறன், சிக்கல்களைத் தீர்க்கும் திறன்.

சிறப்பியல்புகள்

அறிவியல் சோதனைகளில் ஆர்வம் காட்டுவார்கள்.

சிக்கலான கணக்கீடுகளைத் தீர்ப்பதில் ஆர்வம் காட்டுவார்கள்.

புதிர்களை விடுவிக்க முனைவார்கள்.

சிறந்த யோசனைகளைக் கூறுவார்கள்.

சிறப்பாகச் செயல்பட முடியும் துறை

விஞ்ஞானி

கணிதவியலாளர்

கணினித்துறை

பொறியாளர்

முன்னேற்றத்திற்கான வழிகள்

அறிவியல் பரிசோதனைகளில் ஈடுபடவைப்பது.

தர்க்கப் புதிர்கள் / கணிதப்புதிர்கள் விளையாட வைப்பது.

குறியீட்டு முறை கற்றுக்கொள்ள வைப்பது.

கதைகள் எழுதவைப்பது.

போர்டு விளையாட்டுகள் (Board Games) விளையாட வைப்பது.

இடம் சார்ந்த காட்சித்திறன்

ஒரு கதை உண்டு. ஒரு நகரத்தில் ஒரு கணவனும் மனைவியும் வசித்து வந்தார்கள். மனைவி ஒரு பூனைக்குட்டி வளர்த்து வந்தாள். அந்தப் பூனையைக் கண்டாலே கணவனுக்குப் பிடிக்காது. அவ்வப்போது அந்தப் பூனையினால் அவர்களுக்கிடையில் சண்டை வந்துவிடும். அப்போதெல்லாம் அந்தக் கணவன் அந்தப் பூனையைக் கொண்டு போய் எங்காவது விட்டு விட்டு வந்துவிடுவான். ஆனால் அந்தப் பூனை திரும்ப வீட்டினைக் கண்டுபிடித்து வந்துவிடும்.

ஒருநாள் சண்டை பெரிதாகிக் கணவன் இன்றோடு இந்தப் பூனையைத் தொலைத்துவிட்டு வருவதுதான் என் முதல் வேலை என்று கத்தியவாறு அந்தப் பூனையை எடுத்துக்கொண்டு ஏதேதோ சந்து பொந்துகளெல்லாம் கடந்து அவர்களுக்குக் கொஞ்சமும் சம்பந்தம் இல்லாத ஓர் இடத்தில் அந்தப் பூனையை விட்டு விட்டுத் திரும்பினான். துரதிர்ஷ்டவசமாக வந்த பாதை அவனுக்குத் தெரியவில்லை. வீட்டுக்குச் செல்லும் வழி தெரியாது சுற்றிக் கலைத்துவிட்டான். இறுதியாய் மனைவிக்கு போன் செய்தான்.

“அந்தப் பூனை வீட்டுக்கு வந்துருச்சா?”

“ஆமாம்... அப்பவே வந்துருச்சே... நீங்க எங்க போனீங்க?”

“அந்தப் பூனைய வரச்சொல்லு எனக்கு வழி தெரியல...”

அந்தப் பூனையின் இடத்தில் உங்களைப் பொருத்தி யோசியுங்கள். உங்களால் சிக்கலான தெருக்களில்

ஒருமுறை சென்ற வழியே குழப்பமின்றி மறுமுறை போகமுடியுமா அல்லது பத்துப் பதினைந்து துண்டுகளாக வெட்டப்பட்ட ஒரு படத்தினைக் கொடுத்து உங்களை இணைக்கச்சொன்னால் இணைத்து விடுவீர்களா? உங்களுக்கு ஓவியம் வரையும் திறமை உள்ளதா? வெவ்வேறு உருவங்களை இணைத்து புதிதாய் ஓர் உருவம் செய்யும் ஆர்வம் உள்ளதா? அப்படியானால் உங்களுக்கு இடம் சார்ந்த காட்சித்திறன் உள்ளது என்று பொருள்.

எம்.எஃப்.ஹுசைன் போன்ற ஓவியர்களும் பாலுமகேந்திரா போன்ற புகைப்படக் கலைஞர்களும் உங்கள் வீட்டினைச் சிறப்பாகக் கட்டிக் கொடுத்த பொறியாளரும் அதற்குச் சிறப்பாக இண்டீரியர் டிசைன் செய்தவரும் அவ்வளவு ஏன் குழப்பமில்லாமல் ஒரு முகவரிக்கு உங்களைக் கொண்டு சேர்க்கும் ஓட்டுநரும் இந்தத் திறமை உடையவர்கள்தான்.

சில குழந்தைகளைக் கவனித்திருக்கலாம். வீட்டிலுள்ள பொருட்களை எல்லாம் அழகாக வரிசைப்படுத்தி வைத்திருப்பார்கள். இருபது முப்பது துணிகளைக் கொடுத்து ஒரு சிறிய பெட்டியினைக் கொடுத்தாலும் அதனைச் சரியாக மடித்து வைத்து நிரப்புவார்கள். இது எல்லாமே இடம் சார்ந்த காட்சித்திறன் அறிவுதான். இடம் சார்ந்த காட்சித்திறன் என்பது நம்மைச் சுற்றியுள்ள உயிருள்ள அல்லது உயிரற்ற அனைத்துப் பொருட்களின் வடிவம், வண்ணம் போன்ற எல்லாவற்றையும் நம் கண்களால் பார்த்து, மனதினால் அனுபவித்து உணர்ந்து அதனை ஏதேனும் ஒரு கலை வடிவாக வெளிக்கொணரும் திறன் என்று சொல்லலாம்.

ஆர்க்கிடெக்ட், ஓவியர், பொறியாளர், நகரமைப்பு திட்டவியலாளர், வரைபடவியலாளர், புகைப்படக் கலைஞர், சிற்பி போன்ற பல துறைகளில் இந்தத் திறன் உடையவர்கள் சிறக்க முடியும். அதுமட்டுமல்ல இந்தத் திறன் உடைய குழந்தைகளுக்கு முறையான ஆர்வத்தினை ஏற்படுத்தினால் ஒரு சிறந்த அறுவை சிகிச்சை நிபுணராகக்கூட உருவாக வாய்ப்புள்ளது. ஓர் ஓவியனுக்கு நிதானம், நினைவுபடுத்தும் தன்மை, ஒன்றுடன் ஒன்றை இணைத்து நினைவில் வைத்துக்கொள்ளும் தன்மை போன்றவை அவசியம் அல்லவா. யோசித்துப்பாருங்கள், ஓர் அறுவை சிகிச்சை நிபுணருக்கும் இந்த விசயங்கள் அவசியம். வெவ்வேறு உருவங்களை, படங்களைச் சேர்க்கச் செய்வது. ஓவியம், புகைப்படத்திறமைகளை வளர்க்க வழி செய்வது போன்ற

பயிற்சிகளின் மூலம் இவர்களை அடுத்த தளத்திற்கு நகர்த்திச் செல்லலாம்.

இடம் சார்ந்த காட்சித்திறன் உடைய குழந்தைகள்

பலம்

எந்த விஷயங்களையும் காட்சிப்படுத்த இயல்வது.

சிறப்பியல்புகள்

ஓவியம் வரைவதில் விருப்பம் உள்ளவர்கள்.

வடிவங்களை எளிதாக அடையாளம் காண்பது.

புதிர்களை இணைப்பதில் ஆர்வம்.

சிறந்த ரசிப்புத்தன்மை.

சிறப்பாகச் செயல்பட முடியும் துறை

கட்டட வடிவமைப்பாளர்

கலைத்துறை

ஆடைகள் வடிவமைப்பு

பொறியியல்

அறுவை சிகிச்சை நிபுணர்

முன்னேற்றத்திற்கான வழிகள்

ஓவியம் வரையப் பழக்குதல்.

சதுரங்கம் விளையாடுதல்.

இடம் சார்ந்த விளையாட்டுகள் விளையாடுதல்.

பொருட்களை வடிவமைக்க வைத்தல்.

உடல் இயக்கத்திறன்

உடல் இயக்கத்திறன் என்று கூறியவுடன் நமக்கு சச்சின், சானியா மிர்சா போன்ற விளையாட்டு வீரர்களும் மைக் டைசன் போன்ற குத்துச்சண்டை வீரர்களும்நினைவுக்கு வருவார்கள்.மேலோட்டமாகப் பார்த்தால் அப்படித்தான் தோன்றும். ஆனால் உடல் இயக்கத்திறன் என்பது நம் மனதினையும் உடல் இயக்கத்தினையும் ஒன்றிணைப்பது. உடல் உறுப்புகளின் இயக்கத்தினை நாம் நினைத்தவாறு செயல்பட வைப்பது. கொஞ்சம் புரிந்திருக்கும் என நினைக்கிறேன். இன்னும் கொஞ்சம் பார்ப்போம்.

குழந்தைகள் சைகை பாஷை விளையாட்டு விளையாடுவதைப் பார்த்திருப்பீர்கள். ஏதேனும் திரைப்படம் அல்லது பழமொழியினை வாயில் சொல்லாமல் நடித்துக்காட்டுவதன் மூலமும் சைகை மொழியின் மூலமாகவும் பார்வையாளர்களுக்குப் புரிய வைக்கவேண்டும். உடல் இயக்கத்திறனில் சிறந்த குழந்தைகளால் இதனை வெகுச் சுலபமாகச் செய்து முடிக்க முடியும்.

இன்னும் ஒரு விஷயம் பார்ப்போம். சில குழந்தைகள் இருப்பார்கள். எவ்வளவு கடினமான நடன அசைவுகளையும் இயல்பாகச் செய்வார்கள். இவர்களும் உடல் இயக்கத்திறனில் சிறந்தவர்கள். இப்போது சச்சின், சானியா மிர்சா, மைக் டைசனுடன் உடல் இயக்கத்திறனில் சிறந்த இன்னும் சில பிரபலங்களைச் சொல்கிறேன். உங்களுக்கு முற்றிலும் புரியும். சிவாஜி கணேசன், கமல்ஹாசன், பிரபுதேவா, குற்றாலீஸ்வரன், ஆஷிஸ்குமார், பி.டி. உஷா.

உடல் இயக்கத்திறன் உடையவர்கள் விளையாட்டு வீரர்களாக, தடகள வீரர்களாக, நடிகர்களாக, நடனக்கலைஞர்களாக, பிசியோதெரபிஸ்ட்களாக, மானுடவியலாளர்களாக மட்டுமன்றி இது போன்ற இன்னும் பல துறைகளிலும் ஜொலிக்கமுடியும். பொதுவாக இந்தத்திறன் அதிகமுடைய குழந்தைகள் சற்றே சுறுசுறுப்புடையவர்களாகவும் உடல் சார்ந்த திறமைகள் அதிகம் உடையவர்களாகவும் இருப்பார்கள். இவர்களைக் கூர்ந்து கவனிப்பதன் மூலம் அவர்களின் உண்மையான ஈடுபாடு எந்தத் துறையில் இருக்கிறது என்பதனை அறிந்து கொள்ளக்கூடும். அத்துறை சார்ந்த தொடர் பயிற்சியினை அவர்களுக்குத் தருவதன் மூலம் அவர்களை முன்னேற்ற முடியும்.

உடல் இயக்கத்திறன் உடைய குழந்தைகள்

பலம்

உடல் இயக்கம் குறித்த தெளிவு.

சிறப்பியல்புகள்

நடனத்தில் விருப்பம் உள்ளவர்கள்.

கேட்பது அல்லது பார்ப்பதைக் காட்டிலும் செயல்பாடுகளில் ஆர்வம் உடையவர்கள்.

விளையாட்டுகளில் ஆர்வம் காட்டுவார்கள்.

உடல் நலம் குறித்த அக்கறை.

சிறப்பாகச் செயல்பட முடியும் துறை

விளையாட்டுத்துறை

நடனத்துறை

மருத்துவம்

முன்னேற்றத்திற்கான வழிகள்

புதிய விளையாட்டுகளில் ஈடுபடுதல்.

நடனம் / தனி நடிப்பு கற்றுக்கொள்ளுதல்.

கைகளால் புதிய பொருட்களை உருவாக்குதல்.

இசை அறிவு

இசை என்ற வார்த்தையைக் கேட்டவுடன் உங்கள் அனைவருக்கும் கண்டிப்பாய் இளையராஜா நினைவுக்கு வந்திருப்பார். இன்னும் சிலருக்கு அவரோடு சேர்ந்து ஜேசுதாசும், பாலசுப்ரமணியமும் நினைவுக்கு வந்திருப்பார்கள். ஆனால் நீங்கள் நினைப்பது போல் இசையறிவு என்பது திரைப்படத்தில் இசைப்பது, கர்னாடகப் பாடல்கள் இசைப்பது என்பதோடு நின்று விடுவதில்லை. இசை அறிவு என்பது ஓசைகளுக்கிடையேயான வேறுபாடுகளை அறிந்து கொள்வதிலிருந்து ஆரம்பிக்கிறது.

எட்டு விதமான அறிவுத்திறன்களில் இசையறிவுதான் மனித வாழ்வில் பிரதானமாக ஆட்சி செய்கிறது என்று சொல்லலாம். இன்றைக்கு இசையின் மூலமாகத் தாவரங்களை வளரச்செய்ய முடியும் என்ற ஆராய்ச்சியும் மருத்துவத்துறையிலும் இசையின் மூலமாய்ச் சில நோய்களைக் குணப்படுத்த முடியும் என்ற ஆராய்ச்சியும் வெற்றிகரமாக நிகழ்ந்து கொண்டிருக்கிறது. எனவே இசையறிவு என்பது பாடல் பாடுவதும் தாளங்கள் வாசிப்பதும் மட்டும் கிடையாது.

இப்போது இன்னும் சில பிரபலங்களைப் பார்ப்போம். ரசூல் பூக்குட்டி என்ற இந்தியத் திரைப்படக் கலைஞர் சிறந்த ஒலிக்கலவைக்காக ஆஸ்கர் விருது வாங்கினார். திரைப்படத்தில் பின்னணி இசை என்றால் உங்களுக்குத் தெரியும்.

அதே சமயம் ஒலிக்கலவை என்றால் என்ன என்று கேட்டால் நம்மில் பெரும்பாலானவர்களுக்குத் தெரியாது. ஒரு சாதாரணக் காட்சியைச் சொல்கிறேன். நாயகி நடந்து போகிறாள். பின்தொடர்ந்து போகும் நாயகன் ஒரு பிச்சைக்காரனை இடித்துவிட அவன் தட்டில் இருந்த சில்லறைகள் கீழே சிதறுகின்றன. இந்தச் சில்லறைகளின் சப்தம் கேட்டு நாயகி திரும்பிப் பார்க்கிறாள். இப்போது இந்தச் சில்லறைகளின் சப்தம் கேட்டதல்லவா, அந்த ஒலியினைத் திரையில் தருவதுதான் ஒலிக் கலவைக் கலைஞர்களின் வேலை. இது போன்ற சின்னச் சின்ன நுண் ஒலிகளை அவர்கள் ஒழுங்காகக் கோர்த்துக் கொடுத்தால்தான் நாம் திரைப்படத்தை ரசிக்க முடியும்.

டேவிட் ரூதன்போர்க் என்பவர் ஓர் இசை மற்றும் தத்துவப் பேராசிரியர். இவர் விலங்குகள் மற்றும் பறவைகளின் ஒலியில் இருந்த இசை பற்றிய குறிப்புகள் குறித்து நிறையக் கட்டுரைகள் எழுதியுள்ளார். இந்தக் கட்டுரைகளின் மூலம் இவர் வெகு பிரபலமாக அறியப்பட்டார். இப்படி இசையறிவு என்பது எல்லாத்தளங்களிலும் பரவிக்கிடக்கிறது. பொதுவாக இசையறிவு அதிகம் உள்ள குழந்தைகள் வெவ்வேறு விதமான ஓசைகளைச் சுலபமாகக் கண்டுபிடித்து விடுவார்கள். அதே போன்று உணர்வுகளுக்கும் ஓசைகளுக்கும் இடையேயான தொடர்புகளை எளிதில் புரிந்து கொள்வார்கள். பாடுவது, பாடல்கள் கேட்பது போன்ற செயல்களில் ஈடுபாடு காட்டுவார்கள்.

அவர்களுக்குப் பிடித்த இசைக்கருவிகளைக் கற்றுக்கொள்ளச் செய்வதன் மூலமும் இசை மற்றும் ஒலி குறித்த ஆராய்ச்சித் தகவல்களை அவர்கள் அறிந்துகொள்ளச் செய்வதன் மூலமும் அவர்களை வெற்றிகரமாக முன்னகர்த்திச் செல்ல முடியும். இசையமைப்பாளர்கள், பாடகர்கள், ஒலிப் பொறியாளர்கள், சூழலியல் ஒலி ஆய்வாளர்கள், இசைக்கருவி செய்பவர்கள் இன்னும் பல வல்லுநர்களாக இவர்களால் சிறக்க முடியும். இசை நுண்ணறிவு உடைய குழந்தைகளுக்கு, எந்த விதமான கடினமான பாடத்தினையும் இசையோடு சேர்த்துச் சொன்னால் எளிதில் விளங்கிக்கொள்வார்கள். உதாரணமாகச் சூத்திரங்களை ஒரு ராகம் போட்டுப் பாடல் போலச் சொல்லிக்கொடுத்தால் எப்போதும் நினைவில் இருத்தி வைப்பார்கள்.

இசைத்திறன் உடைய குழந்தைகள்

பலம்

ஒலிகளை இனம் பிரிக்கத் தெரிவது.

சிறப்பியல்புகள்

பாடல்கள் கேட்பதில் பாடுவதில் விருப்பம்.

இசைக்கருவிகள் இயக்குவதில் விருப்பம்.

ஒலிகளைக் கவனித்தல்.

சிறப்பாகச் செயல்பட முடியும் துறை

இசையமைப்பாளர்

பாடகர்

மற்ற துறைகளில் இசை சார்ந்த பணிகள்.

முன்னேற்றத்திற்கான வழிகள்:

இசை மற்றும் இசைக்கருவிகள் கற்றுக்கொடுத்தல்.

மொழிகளைக் கற்றல்.

இசை குறித்த வாசிப்புப் பழக்கம்.

சமூகத்துடன் கலந்து பழகும் திறன்

ஒரு திருமண நிகழ்வுக்குப் போகிறீர்கள். உங்கள் குழந்தையும் உடன் வருகிறான். நீங்கள் தெரிந்தவர்களுக்கு வணக்கம் சொல்லிவிட்டு ஓர் ஓரத்தில் உட்கார்ந்து கொள்கிறீர்கள். குழந்தை விளையாடப் போய்விடுகிறான். பின்னர் கிளம்பும்போது கவனிக்கிறீர்கள் உங்களுக்குத் தெரிந்த, தெரியாத முகம் எல்லாம் உங்கள் குழந்தைக்கு டாட்டா சொல்கிறார்கள். அவனை அத்தனை பேரும் மகிழ்ச்சியாக வழி அனுப்பி வைக்கிறார்கள். அப்படியானால் கிடைத்த கொஞ்ச நேரத்தில் அவன் அத்தனை பேரையும் கவர்ந்து விட்டான் என்றுதானே அர்த்தம்.

சமூகத்துடன் கலந்து பழகும் திறன் உடையவர்கள் வார்த்தைகளாலும் தமது நடவடிக்கைகளாலும் பிறரை எளிதில் கவரக் கூடியவர்களாக இருப்பார்கள். பிறரின் பிரச்சினைகளையும் உணர்வுகளையும் முற்றிலுமாய்ப் புரிந்துகொண்டு தீர்வு சொல்லக் கூடியவர்கள். எந்த விசயத்தையும் மாறுபட்ட கோணத்தில் அணுகுவார்கள். ஒரு தலைமைத்துவம் இவர்களது நடவடிக்கையில் இருக்கும். முப்பது நாற்பது பேர் இருக்கும் இடத்தில் யாராவது ஒருவர் ஒரு செயலைச் செய்து முடிக்க அவர்களாக முன்னால் வருவார்கள். சுற்றியிருக்கும் அனைவரையும் ஒழுங்குபடுத்தி, அவர்கள் சொல்வதைக் கேட்டு முடிக்கச் செய்வார்கள். இதுதான் தலைமைத்துவம்.

எம்.ஜி.ஆர், ஷிவ்கெரா போன்றவர்களை நினைவுக்குக் கொண்டு வாருங்கள். இவர்களுக்குள்

உள்ள பொதுவான ஒற்றுமை இந்தத் திறன்தான். ஆம், இத்திறன் கொண்ட குழந்தைகள் அரசியல்வாதிகளாக, உளவியலாளர்களாக, விற்பனையாளர்களாக, பயிற்சி வல்லுநர்களாக, வழிகாட்டும் ஆசிரியர்களாக, மனித வள மேம்பாட்டாளர்களாக ஜொலிக்க முடியும்.

இக்குழந்தைகளுக்கு நீங்கள் செய்யும் பெரிய உதவி அவர்களை வீட்டினில் பூட்டி வைத்துத் தனிமைப்படுத்தாமல் இருப்பதுதான். பொதுவாக இந்தத்திறன் உடைய குழந்தைகள் பிற மனிதர்களோடு அதாவது கூட்டங்களுக்குள் இருக்கத்தான் ஆசைப்படுவார்கள். அனைவருடனும் பழகிப்பார்க்க விரும்புவார்கள். இவர்களுக்கு முறையான வழிகாட்டுதல் கிடைக்குமேயானால் மேலே சொன்ன துறைகளில் உச்சம் தொடமுடியும்.

சமூகத்துடன் கலந்து பழகும் திறன் உடைய குழந்தைகள்

பலம்

அனைவருடனும் எளிதாகப் பழகுவது.

சிறப்பியல்புகள்

நன்றாகப் பேசுவார்கள்.

கூட்டங்களுக்குள் இருக்க விரும்புவார்கள்.

தலைமைத்துவம் மிக்கவர்கள்.

சிறப்பாகச் செயல்பட முடியும் துறை

அரசியல்வாதி

விற்பனை / வியாபாரம்

உளவியலாளர்

மனிதவள மேம்பாட்டாளர்கள் / பயிற்சியாளர்கள்

முன்னேற்றத்திற்கான வழிகள்

வாசிப்புப் பழக்கத்தினை ஏற்படுத்துதல்.

புதிய பொறுப்புகளைக் கொடுத்தல்.

மேடைப் பேச்சு கற்றுக்கொடுத்தல்.

கலந்துரையாடல்களில் கலந்துகொள்ளச் செய்தல்.

தன்னைத்தான் அறிந்துகொள்ளும் திறன்

நீங்கள் யார் என ஒரு கேள்வி கேட்டால் என்ன சொல்வீர்கள்?

'நான் குமார்.

குமார் என்பது உங்கள் பெயர். நீங்கள் யார்?

நான் ஓர் இஞ்சினியர்.

அது உங்கள் தொழில். நீங்கள் யார்?

நான் ஓர் ஆண்.

அது உங்கள் பாலினம். நீங்கள் யார்?

நான் முத்தையாவின் மகன்.

அது உங்கள் தந்தையின் பெயர். நீங்கள் யார்?'

இதற்கு மேல் கேள்வி கேட்டால் அடிதான் விழும். ஆனால் இந்த நான் யார்? என்ற கேள்விக்கு விடை தேடி அலைந்தவர்கள் சாதனையாளர்கள் ஆகியிருக்கிறார்கள். தன்னைத்தானே அறிந்து கொள்ளும் திறன் உடைய குழந்தைகள் தங்களையே பகுப்பாய்வு செய்து கொள்கிறார்கள். உணர்ச்சிகள் குறித்த தெளிவும் உணர்வுகளின் பலமும் அவர்களால் சுலபமாக விளங்கிக்கொள்ள இயலும். உடனே இத்திறன் ஆன்மிகக் குருக்களுக்கு மட்டும்தான் தேவைப்படும் என்று எண்ணாதீர்கள். அறிவியல் ஆராய்ச்சியாளர்களுக்கும் கூட இந்தத் தேடல் தேவையான ஒன்று. விவேகானந்தர், அப்துல்கலாம் இருவருக்கும் உள்ள ஒற்றுமைதான் இந்தத்திறன்.

தன்னைத்தான் அறிந்து கொள்ளும் திறன் உடைய குழந்தைகள் தத்துவ ஞானிகளாக, ஆன்மிகக் குருக்களாக, தனிமையை விரும்பும் எழுத்தாளர்களாக, அறிவியல் விஞ்ஞானிகளாக உருவாகமுடியும். பொதுவாக இவர்கள் தனிமை விரும்பிகளாகவும் அமைதி விரும்பிகளாகவும் இருப்பார்கள்.

உணர்வுசார் நுண்ணறிவு (EMOTIONAL INTELLIGENCE) என்று சொல்வார்கள், அதனை வளர்க்கும் சிறு பயிற்சிகள் மூலம் இவர்களை முன்னகர்த்திச் செல்லமுடியும். (எமோஷனல் இண்டெலிஜென்ஸ் பற்றிய குறிப்பினை மற்றொரு அத்தியாயத்தில் பார்ப்போம்.)

தன்னைத்தானே அறிந்து கொண்டவர்களால் அடுத்த மனிதர்களைச் சுலபமாக அறிந்துகொள்ள இயலும். அதுபோலவே தனது உணர்வுகளைச் சுலபமாகக் கட்டுப்படுத்தவும் தெரியும். எவ்வளவு சிக்கல்களும் துன்பங்களும் எதிரே வந்தாலும் அதனை உணர்ச்சி வசப்படாமல் இவர்களால் எதிர்நோக்க இயலும்.

தன்னைத்தான் அறிந்துகொள்ளும் திறன் உடைய குழந்தைகள்

பலம்

உணர்வுகளைச் சுலபமாகக் கையாள்வது.

சிறப்பியல்புகள்

பொதுவாகத் தனிமை விரும்பிகள்.

சிந்திப்பதில் காலம் கழிப்பார்கள்.

பொதுவாக அமைதி விரும்பிகள்.

உணர்வுகளை அதிகமாக வெளிக்காட்ட மாட்டார்கள்.

சிறப்பாகச் செயல்பட முடியும் துறை

எழுத்தாளர்

விஞ்ஞானி

தத்துவவாதி

முன்னேற்றத்திற்கான வழிகள்

எண்ணங்களைப் பதிவு செய்ய வைத்தல்.

வாசிப்புப் பழக்கம் ஏற்படுத்துதல்.

புதிய விசயங்கள் குறித்த கேள்விகளைக் கேட்பது.

இயற்கையைப் புரிந்துகொள்ளும் திறன்

சில குழந்தைகளை நீங்கள் கவனித்திருக்கலாம். மரம் செடி கொடி வளர்ப்பதில் ஆர்வம் காட்டுவார்கள். சுற்றுச்சூழல் குறித்த விஷயங்களில் கவனம் காட்டுவார்கள். சிலர் செல்லப்பிராணிகள் வளர்ப்பதில் ஆர்வம் காட்டுவார்கள். அதே போலக் காடுகள் மலைகளுக்குச் செல்ல மிகுந்த விருப்பம் காட்டுவார்கள். இவர்களுக்கு இயற்கையைப் புரிந்துகொள்ளும் திறன் அதிகமாக இருக்கிறது என்று பொருள்.

இப்போது அடிக்கடி நீங்கள் செய்தியில் பார்க்கக்கூடும். ஐ.டி. துறையில் லட்சக்கணக்கில் சம்பளம் வாங்கிக் கொண்டிருக்கும் சிலர் வேலையை உதறித் தள்ளிவிட்டு இயற்கை விவசாயம் ஒருங்கிணைந்த பண்ணையம் ஆடு வளர்ப்பு, கோழி வளர்ப்பு எனச் சம்பளத்தை விட அதிகமாய் சம்பாதித்துக் கொண்டிருக்கிறார்கள். சில நேரங்களில் அவர்களைப் பார்த்து நாமும் வெற்றியடைந்து விடலாம் எனச் சிலர் தமது வேலையினை விட்டு விவசாயம் செய்து தோல்வியடைவதையும் பார்க்கலாம். இதன் பின்புலத்தில் உள்ளது அவர்களின் இயற்கையைப் புரிந்து கொள்ளும் திறன்தான்.

இயற்கையைப் புரிந்து கொள்ளும் திறன் உடையவர்கள் அது சார்ந்த விவசாயப் பணிகளில் ஈடுபடும்போது வெற்றியடைகிறார்கள். அது இல்லாது சும்மா செய்து பார்க்கலாமே என்று வருகிறவர்கள் தோல்வியினைத் தழுவுகிறார்கள்.

நம்மாழ்வார், பியர் க்ரில்ஸ், மேதா பட்கர், மருத்துவர் சிவராமன் போன்றவர்களை நினைவுபடுத்திக் கொள்ளுங்கள். இப்போது இயற்கை சார்ந்த அறிவென்றால் என்ன என்றும், அதனை உடைய குழந்தைகள் எவ்வாறு சாதிக்கலாம் என்பதும் உங்களுக்குப் புரிந்திருக்கும். இயற்கை அறிவு உடைய குழந்தைகளின் ஆர்வத்திற்கேற்ற தீனியை நீங்கள் தருவீர்களேயானால் சுற்றுச்சூழல் ஆய்வாளர்களாக, விவசாயம் மற்றும் தோட்டக்கலை வல்லுநர்களாக, இது சார்ந்த இன்னும் பல துறைகளில் அவர்கள் ஜெயிக்க முடியும்.

தமிழ்நாடு வெதர்மேன் என்றழைக்கப்படும் பிரதீப் ஜான் பற்றி நீங்கள் கேள்விப்பட்டிருப்பீர்கள். அவர் படித்ததென்னவோ கணினி அறிவியல் பாடத்தில் இளங்கலை பொறியியலும் நிதித்துறையில் எம்.பி.ஏவும். ஆனால் அவர் பிரபலமாக அறியப்படுவதற்குக் காரணம் அவரது பருவநிலைக் கணிப்புகள். பன்னிரண்டு வயதில் இதற்கான ஆர்வம் வந்ததாகக் கூறும் இவர், எந்தத்துறையில் இருப்பினும், தனக்கு இயல்பிலேயே உள்ள இயற்கையினைப் புரிந்துகொள்ளும் திறனை முழுமையாகப் பயன்படுத்தியதாலேயே இன்றைக்கு நமக்கு ஒரு அருமையான வானிலை வழிகாட்டி கிடைத்துள்ளார்.

இயற்கையினை அறிந்துகொள்ளும் திறன் உடைய குழந்தைகள்

பலம்

இயற்கையோடு இணைந்து இருப்பது.

சிறப்பியல்புகள்

தாவரவியல், விலங்கியல் போன்ற உயிரியியல் பாடங்களில் ஈடுபாடு.

வானிலை குறித்த ஈடுபாடு.

செடி கொடிகள், செல்லப்பிராணிகள் வளர்த்தல்.

தாவரங்களை எளிதாக இனம் காணல்.

சிறப்பாகச் செயல்பட முடியும் துறை

விவசாயத்துறை

வானிலை ஆராய்ச்சி

சித்த மருத்துவம்

முன்னேற்றத்திற்கான வழிகள்:

இயற்கை சுற்றுலா / நடைப்பயணங்கள் செல்லுதல்.

புதிய தாவரங்கள் / விலங்குகள் குறித்த தகவல்களைச் சொல்லிக்கொடுத்தல்.

இயற்கை குறித்த காணொளிக் காட்சிகளைப் பார்வையிடல்.

ஒன்பதாம் அறிவு – இருத்தலியல் நுண்ணறிவு

எட்டு வகையான நுண்ணறிவுகள் உள்ளது என்று புத்தகத்தின் ஆரம்பத்தில் வாசித்தோம். இப்போது ஒன்பதாம் அறிவு எங்கிருந்து வந்தது என்று தோன்றுகிறதா. ஹோவார்ட் கார்ட்னரின் நுண்ணறிவுக் கோட்பாட்டில் முதலில் குறிப்பிடப்பட்டது எட்டு வகையான நுண்ணறிவுகள்தான். பல ஆய்வுகளில் எல்லா வகையான மனிதர்களுக்கும் உள்ள அறிவினை வகைப்படுத்தினால் இந்த எட்டு வகைக்குள் அடக்கிவிட முடியும் எனவும் நிரூபணமானது. அப்படியானால் இந்த ஒன்பதாம் அறிவு.

பல ஆண்டுகளாகத் தொடர்ச்சியாக நடத்தப்பட்ட ஆய்வுகளுக்குப் பின்னே, இந்த எட்டு வகைகள் இல்லாது சில மனிதர்களின் நுண்ணறிவினை வகைப்படுத்தவேண்டி வந்தது. தத்துவரீதியாகச் சிந்திக்கும் மாணவர்களின் நுண்ணறிவுக்கு ஹோவார்ட் கார்ட்னர் இட்ட பெயர்தான் 'இருத்தலியல் நுண்ணறிவு.' வாழ்க்கையின் அர்த்தம் மற்றும் செயல்கள், பெரிய இலக்குகளை அடையும் வழி போன்றவற்றைக் குறித்து யோசிப்பது, சுற்றியுள்ள மற்ற மனிதர்களையும் அவர்களைச் சுற்றியுள்ள உலகத்தினையும் தனது உள்ளுணர்வைப் பயன்படுத்தி அறிந்து கொள்வது போன்றவற்றை இருத்தலியல் நுண்ணறிவு எனலாம்.

இருத்தலியல் நுண்ணறிவினை அதிகமாகக் கொண்டவர்கள் எனச் சிலரைச் சொன்னால் உங்களால் இன்னும் விளங்கிக்கொள்ளக்கூடும். இயேசு, புத்தர், சாக்ரடீஸ். ஆம் இருத்தலியல் நுண்ணறிவு அதிகம் உடையவர்கள் தத்துவவாதிகளாக, இறையியலாளர்களாக, வாழ்க்கைப் பயிற்சியாளர்களாகப் பரிணமிக்கின்றனர்.

ஹோவார்ட் கார்ட்னர், 2006ம் ஆண்டு 'மல்டிபிள் இன்டலிஜன்ஸ்: நியூ ஹரிசான்ஸ் இன் தியரி அண்ட் பிராக்டிஸ்' (Multiple Intelligences: New Horizons in Theory and Practice) என்னும் புத்தகத்தில் இருத்தலியல் நுண்ணறிவு கொண்டவர்களின் இயல்பாக ஒரு விஷயத்தினைக் கூறுகிறார். இந்த நுண்ணறிவு கொண்டவர்களால் ஒரு பெரிய படத்தினை (Big Picture) முழுமையாகப் பார்க்கமுடியும். அது என்ன பெரிய படம்? அதனை விளக்க அவர் 'ஜேன்' என்ற ஒரு கற்பனையான கதாபாத்திரத்தினை உருவாக்குகிறார். ஜேன் ஒரு நிறுவனத்தினை நடத்துகிறார். அவரது மேலாளர்கள் அன்றாடப் பிரச்சினை என்னும் சிறிய படத்தினை மட்டும் பார்த்துக்கொண்டிருக்கும் வேளையில் ஜேன் ஒரு முழுக் கப்பலையும் வழிநடத்தவேண்டும். ஜேனுக்கு பலவிதமான திசைகளில் சிந்திக்க வேண்டியிருக்கும். நீண்ட காலம் அந்த வியாபாரம் தொடர வழிமுறை, சந்தையின் போக்கு, ஊழியர்கள், வாடிக்கையாளர்கள், எதிர்காலத் தேவைகள் இப்படிப் பல விஷயங்கள் உள்ள ஒரு பெரிய படத்தினை ஜேன் பார்க்கவேண்டியிருக்கும் என்று கூறுகிறார். அதாவது ஒரு பெரிய வடிவில் உள்ள படத்தினைச் சாதாரணமாக நம்மால் முழுமையாகப் பார்க்க முடியாது. ஆனால் இருத்தலியல் நுண்ணறிவு உடையவர்களால் அதனை முழுமையாகப் பார்க்க முடியும் என்பதே அவர் கருத்து.

நாம் ஏன் வாழ்கிறோம்? நாம் எங்கிருந்து வருகிறோம்? எங்குப் போகிறோம்? என்பது போன்ற பெரிய பெரிய கேள்விகளைச் சிந்திக்கும் குழந்தைகள் இருத்தலியல் நுண்ணறிவு கொண்டிருக்கின்றனர். இருத்தலியல் நுண்ணறிவு என்பது பெரும்பாலான குழந்தைகளின் இயல்பான பண்பு என்றும் கார்ட்னர் கூறுகிறார். கேள்விகள் சகித்துக்கொள்ளப்படும் அதாவது எண்ணிலடங்கா கேள்விகள் கேட்க அனுமதிக்கப்படும் சமூகத்தில் உள்ள குழந்தைகள் சிறுவயதில் இருந்தே இந்த இருத்தலியல் குறித்த கேள்விகளை எழுப்புகிறார்கள். அவர்கள் எப்போதும் பதில்களைக் கவனமாகக் கேட்க மாட்டார்கள்

என்றும் கார்ட்னர் கூறுகிறார். ஒரு பெற்றோராக, நம் குழந்தைகள் அந்தக் கேள்விகளைத் தொடர்ந்து கேட்க ஊக்குவிக்கவேண்டும். பின்னர் அதற்கான பதில்களை அவர்களே கண்டறிய அந்தக் கேள்விகள்தான் அவர்களுக்கு உதவும்.

உங்களைப் பற்றிப் பேசலாமா ?

இப்போது எட்டு விதமான அறிவினையும் கூடுதலாக ஒன்பதாம் அறிவினையும் பற்றித் தெரிந்து கொண்டீர்கள். முதலில் உங்களுக்கு என்ன திறன் அதிகம் இருக்கிறது என்று உங்களால் அறிந்துகொள்ள முடிந்ததா? நமக்கு என்ன திறன் அதிகம் என்று தெரிந்துகொள்ள வேண்டாமா?

புத்தகத்தை ஆரம்பிக்கும்முன் ஒரு தேர்வு எழுதினீர்கள், அந்த மதிப்பெண்களை எடுத்துக் கொள்ளுங்கள். எதில் அதிக மதிப்பெண்கள் இருக்கிறது என்று பாருங்கள்.

A எனில் உங்களுக்கு இயல்பிலேயே மொழித்திறன் அதிகம்.

B எனில் தர்க்கரீதியான கணிதத்திறன் அதிகம்.

C - இடம் சார்ந்த காட்சித்திறன்.

D - உடல் இயக்கத்திறன்.

E - இசைத் திறன்.

F - சமூகத்துடன் கலந்து பழகும் திறன்.

G - தன்னைத்தான் அறிந்து கொள்ளும் திறன்.

H - இயற்கையைப் புரிந்து கொள்ளும் திறன்.

ஆகியனவற்றைக் குறிக்கும். நாம் ஏற்கெனவே பார்த்தது போல ஒருவருக்கு இரண்டு அல்லது மூன்று திறன்கள் இயல்பிலேயே அதிகமாக இருக்கும். பிற திறன்கள் குறைவாக இருக்கும். உங்கள் திறன்களைக்

கூர் செய்து கொண்டால் நீங்களும் சாதிக்கலாம். இத்தனை வயதுக்குப் பின்னால் நாம் எப்படிச் சாதிப்பது என்று யோசித்து விடாதீர்கள். இன்றைக்கு உலகெங்கும் பிரபலமாக உள்ள கே.எஃப்.சி. சிக்கன் நிறுவனத்தினை ஹார்லேண்ட் டேவிட் சாண்டர்ஸ் ஆரம்பிக்கும்போது அவருக்கு வயது 65. எந்தத் துவக்கமும் எப்போதும் தாமதம் கிடையாது.

உங்களைப் பற்றித் தெரிந்து கொண்டாயிற்று. அடுத்து உங்கள் குழந்தைகளை மதிப்பிடுங்கள். இதனை ஒரு தேர்வு போலக் கொடுக்காமல், ஒவ்வொரு விஷயங்களையும் அவர்களிடம் கவனியுங்கள் அதே போன்று அவர்களிடம் உரையாடுங்கள். உரையாடும்போது, உங்கள் உரையாடல் கடினமாக இல்லாமல் சற்றே விளையாட்டுத்தனமாய் இருப்பது போல் பார்த்துக் கொண்டால் இன்னும் சிறப்பாக இருக்கும். இதன்மூலம் அவர்களை நீங்களே மதிப்பிடுங்கள். அவர்களின் திறன்களை, அவர்களுக்குத் தெரியாமலே நீங்கள் கண்டுகொள்வீர்களேயானால் ஒரு சிறப்பான பெற்றோருக்கு உள்ள முதல் பணியினை வெற்றிகரமாய் செய்து முடித்து விட்டீர்கள் என நினைவில் கொள்ளுங்கள். அடுத்ததாக நீங்கள் உங்கள் குழந்தையிடம் கண்டுகொண்ட தனித்திறனை வளர்த்தெடுப்பதற்கான வழிமுறையினைத் தேடுங்கள்.

பக்கவாட்டுச் சிந்தனை

இதனை ஆங்கிலத்தில் LATERAL THINKING என்று சொல்வார்கள். ஒரு விஷயத்தினை எல்லா மனிதர்களும் ஒரே நேர்கோட்டில் அணுகும்போது, அப்படி அதனை அணுகாது நமது மூளையினை மாற்றி சிந்திக்க வைத்து அந்த விஷயத்தினை வித்தியாசமான கோணத்தில் அணுகுவதுதான் பக்கவாட்டுச் சிந்தனை.

நீங்கள் ஒரு நேர்முகத்தேர்வுக்குச் செல்கிறீர்கள். அங்கே உங்கள் கையில் ஒரு கப் அண்ட் சாசர் (Cup and Saucer), சில தீக்குச்சிகள் மட்டுமே உள்ள ஒரு தீப்பெட்டி, கொஞ்சம் சர்க்கரை, கொஞ்சம் தண்ணீர் தருகிறார்கள். இதனை வைத்து நீங்கள் ஒரு டீ தயாரித்துக் கொடுக்கவேண்டும். அப்படிச் செய்தால் அந்த வேலை உங்களுக்கு. நீங்கள் எப்படி டீ தயாரிப்பீர்கள்?

பதிலை யோசியுங்கள். அத்தியாயத்தின் இறுதியில் அந்தப் பதில் சரியா என்று பார்க்கலாம்.

இப்போது பக்கவாட்டுச் சிந்தனைக்கு வருவோம். ஒரு சிறிய விளக்கத்தினைப் பார்ப்பதன் மூலம் இதனைச் சுலபமாகப் புரிந்துகொள்ளலாம். சமீபத்தில் ஒரு திரைப்படம் பார்த்தேன். ஒரு ஆசிரியர் கதை சொல்வார். சில சிறுவர்கள் கேட்டுக்கொண்டிருப்பார்கள். அந்தக் கதை இப்படிப் போகும்.

ஒரு மனிதன் நடந்து போய்க் கொண்டிருப்பான். அப்போது ஒரு நாய் அவனைப் பார்த்துக் குலைக்கும்.

உடனே அவன் ஒரு கல்லெடுத்து எறிவான். அந்த நாய் ஓடிப்போய் விடும். அப்புறம் கொஞ்ச தூரம் சென்றவுடன் ஒரு தேன் கூட்டினைப் பார்ப்பான். தேன் சாப்பிட ஆசை வரும். உடனே கல்லெடுத்து எறிவான். தேனீக்கள் எல்லாம் சேர்ந்து அவனைக் கொட்டிவிடும். நாயைக் காட்டிலும் தேனீ சிறியதுதான். ஆனால் அது மனிதனைத் துரத்தி விட்டது எப்படி? இப்படிக் கேள்வி கேட்பது போல அந்தக் கதை போகும்.

நம்மில் பல பேர் அந்தக் கேள்விக்கு ஒற்றுமைதான் காரணம் எனப் பதில் சொல்வோம். ஆனால் அந்தப் படத்தில் ஒரு சிறுவன் மட்டும் சொல்வான். அந்த மனிதன் ஒரு முட்டாள் டீச்சர். தேன் கூட்டை எடுக்கப் புகைதான் போடணும், எதற்கு கல்லெறிந்தான். இதுதான் பக்கவாட்டு சிந்தனை. எல்லோரும் எப்போதும் சிந்திப்பது போல ஒரே திசையில் யோசிக்க, அந்தச் சிறுவன் மட்டும் மாறுபட்ட கோணத்தில் யோசிக்கிறான். எல்லோரும் தேனீக்குப் பின்னால் நின்று யோசிக்க, அந்தச் சிறுவன் மட்டும் கல்லெறிந்த மனிதனுக்குப் பின்னால் நின்று யோசிக்கிறான். எந்த எதிரிக்கு எந்த ஆயுதம் எடுக்கவேண்டும் எனத் தெரிந்தால்தானே நாம் ஜெயிக்க முடியும். இதுதான் பக்கவாட்டுச் சிந்தனை. ஏற்கெனவே நம் முன்னோர்கள் யோசித்துப் போட்டு வைத்திருக்கும் வழியிலேயே யோசிக்காமல், ஒரு புதிய வழியினை உண்டாக்குவது.

இன்னும் ஒரு கதையினைப் பார்க்கலாம். ஒரு மனிதன் தனது வீட்டுக்கு ஒரு நாய் வாங்கி வருகிறான். அந்த நாய் ஒரு ஊமை என்றும் அதனால் குறைக்க முடியாது என்று வாங்கி வந்த பின்னர்தான் தெரிகிறது. இந்தப் பிரச்சினைக்கு என்ன தீர்வு. ஒவ்வொருவரும் ஒவ்வொரு தீர்வு சொல்கின்றனர். ஏமாற்றி நாயினை விற்றவரிடம் சென்று சண்டை போடச் சொல்கிறார் ஒருவர். யாரையாவது ஏமாற்றி அந்த நாயினை விற்று விடச்சொல்கிறார் ஒருவர். இப்படி ஒவ்வொருவரும் ஒரு யோசனையைச் சொல்ல, ஒருவர் மட்டும் மாற்றி யோசித்து ஒரு தீர்வினைச் சொல்கிறார். வீட்டுக்கு முன்னால் ஒரு விளம்பரப் பலகையினை வையுங்கள். அதில் இந்த வீட்டில் நாய் இருக்கிறது. ஜாக்கிரதை, அது குறைத்து நம்மை எச்சரிக்காமல் உடனே கடித்துவிடும் என்று எழுதி வையுங்கள் என்று சொல்கிறார். உண்மையில் அருமையான தீர்வுதானே அது. இப்படி நமது மூளை பழக்கப்படுத்தப்பட்ட பாதையிலேயே சிந்திப்பதைத் தடுத்து, வேறு திசையில் வேறு

கோணத்தில் யோசிக்க வைப்பதுதான் பக்கவாட்டுச் சிந்தனை.

‘எட்வர்ட் டி போனோ’ (Edward de Bono) என்ற மால்டா நாட்டு உளவியலாளர்தான் 1967ல் பக்கவாட்டுச்சிந்தனை என்ற இந்த வார்த்தையினை முதன்முதலில் தன்னுடைய ‘புதிய சிந்தனை: பக்கவாட்டு சிந்தனையின் பயன்கள்’ (New Think: The use of Lateral Thinking) என்னும் புத்தகத்தில் அறிமுகம் செய்தார்.

இஸ்ரேலின் மன்னர் சாலமன் நீதி தவறாதவர். எந்தச் சிக்கலான வழக்கினையும் திறமையாக ஆய்வு செய்து சரியான தீர்ப்பினை வழங்குவார். ஒருநாள் அவரிடம் ஒரு வழக்கு வருகிறது. ஒரு குழந்தையினை இரண்டு தாய்மார்கள் சொந்தம் கொண்டாடுகிறார்கள். எப்படி விசாரித்தும் அந்தக் குழந்தை யாருக்குச் சொந்தம் என்று முடிவுக்கு வரமுடியவில்லை. (இன்று போல அன்றைக்கு டி.என்.ஏ சோதனை வசதி எல்லாம் கிடையாது.) அவையினர் முழுதும் குழப்பத்தில் இருக்க, சாலமன் மன்னர் தீர்ப்பு வழங்குகிறார். அந்தக் குழந்தையினை இரண்டாக வெட்டி இருவருக்கும் தரச்சொல்கிறார். அதனைக் கேட்ட உண்மையான தாய் துடித்துப் போய், குழந்தையை வெட்ட வேண்டாம், எதிர்த்தரப்பில் உள்ள பெண்ணிடமே கொடுத்துவிடுங்கள் என்கிறார். இதன்மூலம் உண்மையான தாயினைக் கண்டுபிடிக்கிறார் சாலமன். இந்தக் கதையினைத்தான் ‘எட்வர்ட் டி போனோ’ பக்கவாட்டுச் சிந்தனைக்கு உதாரணமாகக் குறிப்பிடுகிறார்.

எல்லோரும் ஒரு பிரச்சினையினை நேரடியாக எப்போதும் பார்க்கும்போது, பார்க்கும் அல்லது கேட்கும் எந்த விஷயத்தையும், அதற்குக் கொஞ்சமும் தொடர்பில்லாத வகையில் பக்கவாட்டில் தனது கற்பனையினைக் கலந்து சிந்திப்பது பக்கவாட்டு சிந்தனை ஆகும். இதன்மூலம் பிரச்சினைகளைச் சுலபமாகத் தீர்க்கும் ஆற்றல் கிடைக்கும். பக்கவாட்டுச் சிந்தனையை வளர்க்க, சிறு வயதிலிருந்து ஒரு விளையாட்டு போன்றே குழந்தைகளைப் பயிற்றுவிக்கலாம். உதாரணமாகச் சிலவற்றைத் தருகிறேன்.

I

\- - - - -

STAND

என்றால் I UNDERSTAND

R/E/A/D/I/N/G என்றால் reading between lines

ஒரு சிறிய புதிரினைப் பார்க்கலாம். ஒரு கருப்பு மனிதன் முழுவதும் கருப்பான உடையணிந்து, கருப்பு முகமூடி அணிந்து ஒரு கருப்பான சாலையில் நிற்கிறான். அந்த நகரம் முழுவதும் கருப்பு வண்ணம் பூசப்பட்டிருக்கிறது. தெரு விளக்குகள் ஒன்றும் எறியவில்லை. அன்றைக்கு அமாவாசை. அப்போது ஒரு கருப்பு வண்ணம் பூசப்பட்ட கார் ஒன்று, முகப்பு விளக்குகள் இல்லாமல் வேகமாக அவனை நோக்கி வருகிறது. மிகச்சரியாக அவனை மோதிடாமல் அவனுக்கு முன்னால் நிற்கிறது. அது எப்படிச் சாத்தியம்?

இதற்கான பதிலை நீங்கள் சொல்லி விட்டால், உங்களுக்கு நீங்களே ஒரு சபாஷ் சொல்லிக் கொள்ளுங்கள். அப்போது பகல் நேரம் என்பதுதான் சரியான பதில். இந்தக் கேள்வியினைப் பார்த்தவுடன் இது என்ன சிறு பிள்ளைத்தனமான கேள்வி என்று தோன்றும். ஆனால் 90% மனிதர்களால் இதற்கு உடனடியாகப் பதில் சொல்ல முடியாது. ஏனெனில் முழுவதும் கருப்பு கருப்பு என்று வரும்போது, நம்மை அறியாமலே நம் மூளை ஓர் இருள் சூழ்ந்த சூழலை நினைத்துக் கொள்ளும். அப்படியான வழக்கமான பழக்கத்திலிருந்து நம் மூளையினை மாற்றி சிந்திக்க வைப்பதன் மூலமாகத்தான் இதுபோன்ற புதிர்களை விடுவிக்க இயலும். தொடர்ச்சியாக இதுபோன்று சிந்திக்க வைப்பதன் மூலமாக, மிக விரைவாகச் சரியான தீர்வினைக் கண்டெடுக்க நமது மூளை பழக்கப்படும்.

இன்னும் ஓர் உதாரணத்தினைச் சொன்னால் எளிதாகப் புரிந்து கொள்வீர்கள். விஜயகாந்த் நடித்த ‘ரமணா’ திரைப்படத்தில் ஒரு காட்சி வரும். ஓர் அலுவலகத்தில் வேலை பார்க்கும் முதல் பத்து லஞ்சப் பேர்வழிகளை நாயகனின் ஆள்கள் கடத்திவிடுவார்கள். அவர்களைக் கண்டுபிடிக்கக் காவல்துறை உயர் அதிகாரிகள் முயற்சி செய்வார்கள். அவர்களால் முடியாது. அப்படியான நேரத்தில் ஒரு காவலராக இருக்கும் யூகிசேது அவர்கள் வித்தியாசமாக யோசித்து நாயகனை நெருங்குவார். அதாவது ஓர் அலுவலகத்தில் லஞ்சம் வாங்குபவனைக் காட்டிக் கொடுப்பவன் லஞ்சமே வாங்காத ஒருவன்தான் என வித்தியாசமாக யோசிப்பார். இதுதான் பக்கவாட்டுச் சிந்தனை. மேலதிகாரிகள் அனைவரும் ஒரே நேர்கோட்டில் யோசிக்க, காவலர் யூகி மட்டும் பக்கவாட்டில் யோசிப்பார்.

சரி குழந்தைகளுக்குப் பக்கவாட்டுச் சிந்தனையினை வளர்க்க என்ன செய்யவேண்டும். மேலே பார்த்தோம் அல்லவா அது போன்ற சின்னச் சின்ன புதிர்களில் ஆரம்பித்து, விதவிதமான புதிர் விளையாட்டுக்களில் உங்கள் குழந்தைக்குப் பயிற்சி அளிப்பதன் மூலம் அவர்களின் பக்கவாட்டுச் சிந்தனையை வளரச் செய்யமுடியும். மற்ற உயிரினங்களின் மூளைக்கு இல்லாத சிறப்பு நமது மூளைக்கு இருக்கிறது. அது எப்போதும் தனது சூழலுக்கு ஏற்ப கற்றுக்கொள்ளத் தயாராக இருக்கிறது. மூளையினை வைத்து நிறைய ஆய்வுகள் தொடர்ந்து நடைபெற்றுக் கொண்டுதான் இருக்கிறது. அது போன்ற ஓர் ஆய்வில் குழந்தைகள் மையத்தில் வளர்க்கப்பட்ட குழந்தைகளின் நுண்ணறிவு (IQ), அவர்கள் சில பெற்றோர்களால் தத்தெடுக்கப்பட்டு வளர்க்கப்பட்டபின் வளர்ந்திருப்பதைக் கண்டுபிடித்துள்ளனர். காரணம் குழந்தைகள் எந்தச் சூழலில் வளர்கிறார்களோ அந்தச் சூழலில் இருந்து நிறையக் கற்றுக்கொள்கிறார்கள். ஆகையினால் அவர்களின் மூளையினை வளப்படுத்தத் தகுந்த சூழலையும் வழிமுறைகளையும் ஏற்படுத்தித் தருதல் அவசியம்.

சரி அத்தியாயத்தின் ஆரம்பத்தில் பார்த்த கேள்விக்கு வருவோம். டீத்தூள் இல்லாமல் டீ எப்படித் தயாரிக்கமுடியுமென்று யோசித்தவர்கள் இந்த அத்தியாயத்தினை இன்னொரு முறை வாசியுங்கள். மாற்றி யோசியுங்கள். அதற்கான பதில், உங்கள் சாசரை (Saucer) எடுத்து மேசையின் மீது வையுங்கள். தீப்பெட்டியிலிருந்து இரண்டு தீக்குச்சிகள் எடுங்கள். ஒன்றைக் கிடைமட்டமாகவும், மற்றொன்றை அதற்குக் கீழே செங்குத்தாகவும் ‘T’ வடிவில் வையுங்கள். இப்போது டீ தயார்.

கட்டுக்களை விடுவித்து யோசிக்கும் திறன்

இதனை ஆங்கிலத்தில் OUT OF BOX THINKING என்பார்கள். பொதுவாக நம் மனமானது ஒரு குறிப்பிட்ட வரையறைக்குள் மட்டும்தான் யோசிக்கும். அதாவது நம் மரபு, பாரம்பரியம், சமுதாய சூழ்நிலை போன்ற கட்டுப்பாடுகளுக்கு உட்பட்டு, உதாரணத்திற்குச் சொல்வதென்றால் ஒரு பெட்டிக்குள் மட்டுமே யோசிக்கும். ஆனால் பெரும்பாலான நேரங்களில், பிரச்சினைக்கான தீர்வு என்பது பெட்டிக்கு வெளியே கிடக்கும். எனவே எப்போது நாம் கட்டுகளை உடைத்து பெட்டிக்கு வெளியே யோசிக்க ஆரம்பிக்கிறோமோ அப்போதுதான் நாம் தீர்வுகளை அடைய முடியும்.

கட்டுகளை விடுவித்து யோசிக்கும் திறன் குறித்து விளக்க ஒரு புகழ்பெற்ற புதிர் ஒன்று உள்ளது. ‘ஒன்பது புள்ளிகள் – நான்கு கோடுகள்’ (Nine Dots – Four Lines) என்ற அந்தப்புதிர், தோராயமாக 1954லிருந்து உலவி வருகிறது. கீழ்க்காணும் படத்தினைக் காணுங்கள். ஒன்பது புள்ளிகள் இருக்கின்றன. இவை அனைத்தையும் நான்கு நேர் கோடுகளால் இணைக்கவேண்டும். ஒரு நிபந்தனை என்னவென்றால் ஒரு முறை வரையக் கை வைத்து விட்டால் கையை எடுக்கக்கூடாது. அதாவது கோடுகள் ஒன்றின் தொடர்ச்சியாக ஒன்று இருக்கவேண்டும்.

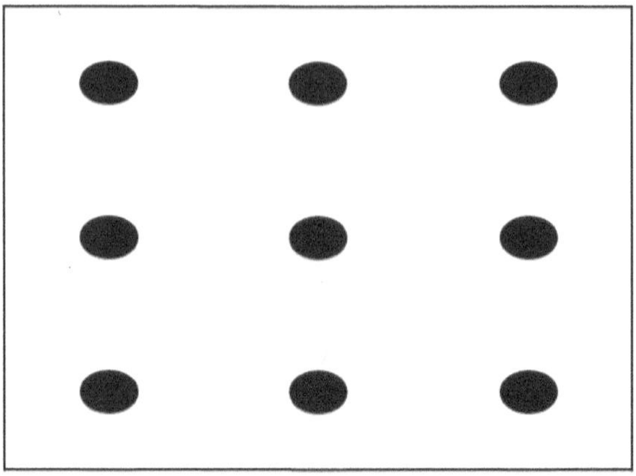

முயற்சி செய்யுங்கள். யாருடைய உதவியோ அல்லது இணையத்தில் தீர்வினைத் தேடாமலோ இந்தப் புள்ளிகளை மேலே சொன்னதுபோல இணைத்து விட்டீர்கள் என்றால் கையைக்கொடுங்கள். நீங்கள் கில்லாடிதான். உங்களுக்குப் பெட்டிக்கு வெளியே யோசிக்கும் திறன் அருமையாக உள்ளது. இல்லையென்றால் வாருங்கள். தீர்வினைப் பார்க்கலாம்.

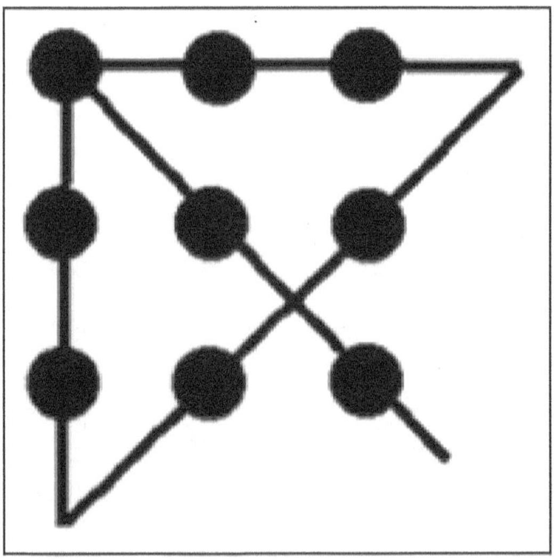

இப்போது புரிந்ததா உங்கள் தவறு என்னவென்று. பெரும்பான்மையானோர் அந்த ஒன்பது புள்ளிகளைத் தாண்டி கோட்டினை வெளியே கொண்டு சென்றிருக்க மாட்டோம். ஆனால் அப்படி எந்த நிபந்தனையும் நமக்குக் கொடுக்கப்படவில்லை. கொஞ்சம் வெளியில் வந்ததால்

தீர்வு கிடைத்து விட்டது. இதனைத்தான் கட்டுகளை விடுத்து யோசிக்கும் திறன் அல்லது பெட்டிக்கு வெளியே யோசிக்கும் திறன் என்று சொல்கிறார்கள்.

சூஃபி கதை ஒன்று உள்ளது. ஒரு முதியவர் இறக்கும்முன் தன்னிடம் உள்ள ஒட்டகங்களைத் தனது மூன்று மகன்களும் எப்படிப் பிரித்துக் கொள்ளவேண்டும் என்று ஓர் உயிலினை எழுதி வைத்துவிட்டு இறந்து போகிறார். அந்த உயிலில் இப்படி எழுதி இருந்தது. முதல் மகன் தான் சம்பாதித்து வைத்திருக்கும் ஒட்டகங்களில் பாதியினை எடுத்துக்கொள்ளவேண்டும். இரண்டாவது மகன் மூன்றில் ஒரு பங்கினை எடுத்துக்கொள்ளவேண்டும். மூன்றாவது மகன் ஒன்பதில் ஒரு பங்கினை எடுத்துக்கொள்ளவேண்டும். இப்போதுதான் அந்த மகன்களுக்குக் குழப்பம் ஆரம்பித்தது. ஏனெனில் அந்தத் தந்தை விட்டுச் சென்றிருந்தது 17 ஒட்டகங்கள். இதனை எப்படிப் பிரிப்பது? முதல் மகனுக்குப் பாதி என்றால் 17 ஒட்டகங்களை எப்படிச் சரி பாதியாகப் பிரிப்பது.

சிலர் ஒட்டகத்தினைக் கொன்று சரி பாதியாகப் பிரிக்கலாம் என்று ஆலோசனை சொன்னார்கள். ஆனால் மகன்களுக்கு அதில் விருப்பம் இல்லை. ஒட்டகங்களைக் கொன்று விடாமல் எப்படிப் பிரிப்பது என்ற குழப்பம் பல நாள்களாக நீடித்தது. அவர்கள் சோர்ந்து போனார்கள். அப்படியான ஒரு வேளையில் சூஃபி ஞானி ஒருவர் அந்த ஊர் வழியாக வந்தார். அந்த மூன்று மகன்களும் அவரைச் சந்தித்து தங்கள் பிரச்சினையினைச் சொல்லி ஆலோசனை கேட்டார்கள். ஞானி அந்த 17 ஒட்டகங்களையும் கொண்டு வரச்சொன்னார். அந்த 17 ஒட்டகங்களுடன் தனது ஒரு ஒட்டகத்தினையும் சேர்த்து 18 ஒட்டகமாக நிறுத்தினார்.

இப்போது அவர்களிடம் சொன்னார். முதல் மகனுக்குச் சரிபாதி ஒட்டகங்கள் அல்லவா, 9 ஒட்டகங்களை எடுத்துக்கொள். இரண்டாவது மகனுக்கு மூன்றில் ஒரு பங்கு, 6 ஒட்டகங்களை எடுத்துக்கொள். மூன்றாவது மகனுக்கு ஒன்பதில் ஒரு பங்கு, 2 ஒட்டகங்களை எடுத்துக்கொள். மீதமுள்ள ஓர் ஒட்டகம் என்னுடையது. பிரச்சினை தீர்ந்தது. எப்படியெல்லாமோ யோசித்துப் பார்த்தும் தீராத ஒரு பிரச்சினை வெளியில் இருந்து வந்த ஒரே ஓர் ஒட்டகத்தால் முடிந்து போனது. இதுதான் கட்டங்களுக்கிடையே யோசிக்காமல், கட்டங்களுக்கு வெளியே யோசிக்கும் திறன் என்பது.

இது நிஜ வாழ்வில் சாத்தியமா என்பதற்கு ஓர் உதாரணத்தினைப் பார்த்து விடலாம். ஒரு முன்னணிச் சோப்பு தயாரிக்கும் தொழிற்சாலை. அங்கே எல்லா வேலைகளும் இயந்திர மயமாகவே செய்யப்படும். விற்பனையில் முதல் இடம், சந்தையில் முதல் இடம் என்று இருந்த அந்தச் சோப்பு நிறுவனத்துக்கு ஒரு பிரச்சினை. தயாரிக்கப்பட்ட சோப்புக்கட்டிகளை அதற்குரிய அட்டைப்பெட்டியில் நிரப்பும் வேலையானது இயந்திரங்களின் வாயிலாகவே செய்யப்படும். அப்படி நிரப்பும்போது எப்போதாவது ஓர் அட்டைப்பெட்டி சோப்பு நிரப்பப்படாமலே கன்டெய்னர் பெல்ட் வழியே நகர்ந்து மொத்த பேக்கேஜிங்கிற்கு சென்றுவிடும். அது அப்படியே விற்பனைக்கும் சென்றுவிடும். லட்சத்தில் ஒரு தவறுதான் என்றாலும், காலி அட்டைப்பெட்டி வாடிக்கையாளர் கைக்குச் சென்றால் நிறுவனத்தின் பெயர் கெட்டுப்போகும். எனவே இதனை எப்படியாவது சரி செய்யவேண்டும் என முயற்சி செய்தார்கள். இயந்திரங்களின் வடிவமைப்பினை மீண்டும் மீண்டும் மாற்றினார்கள். பல லட்சம் செலவு செய்தார்கள். ஒன்றும் பிரயோஜனம் இல்லை. என்ன செய்வதென்று ஓய்ந்து நின்றபோது, அந்த அலுவலகத்தின் உதவிப்பணிகளைச் செய்யும் ஒரு மனிதர் எளிதான தீர்வினைத் தந்தார். ஒரு பெரிய காற்றாடி ஒன்றினை, சோப்புப் பெட்டிகள் வெளிவரும் கன்டெய்னர் பெல்ட்டினை நோக்கி வைக்கச் செய்தார். அந்தக் காற்றில் காலி அட்டைப்பெட்டிகள் பறந்துபோக, சோப்பிருக்கும் பெட்டிகள் மட்டும் கடைசி நிலைக்கு வந்து சேர்ந்தது. எல்லோரும் அசந்து போய்விட்டார்கள். எப்படி இந்த யோசனை தோன்றியது என்று அவரிடம் கேட்டபோது, அவர் சொன்னார் "எல்லோரும் இயந்திரத்திற்கு உள்ளேயே ஏதாவது செய்யவேண்டும் என்று பார்த்துக் கொண்டிருந்தார்கள். நான் வெளியில் ஏதாவது செய்ய முடியுமா என்று பார்த்தேன்."

இதுதான் விஷயம். பெரும்பாலும் ஒரு பிரச்சினைக்கான தீர்வென்பது, அதற்கு வெளியில்தான் இருக்கும். ஆனால் மனித மூளையானது, பிரச்சினைகளுக்கு உள்ளேயே உழன்று கொண்டிருக்கும். கொஞ்சம் வெளியே வந்து நின்று அந்தப் பிரச்சினையைப் பார்த்தால் அதற்கான தீர்வு எளிதாய்த் தெரியும். பெட்டிக்கு உள்ளே மட்டும் சிந்தித்துப் பழகிய நம் குழந்தைகளின் மூளையைப் பெட்டிக்கு வெளியே கொண்டு வாருங்கள். இது போன்ற நிறையப் புதிர்கள் இணையத்தில் கொட்டிக்கிடக்கிறது. குழந்தைகளை அந்தப் புதிர்களுக்குத்

தீர்வு காணச்செய்து அவர்களின் சிந்தனையைப் பெட்டிக்கு வெளியே கொண்டு வாருங்கள்.

உண்மையில் குழந்தைகள் பெட்டிக்கு வெளியே யோசிப்பவர்கள்தான். ஏனெனில் நமது பாரம்பரியமான சில விஷயங்களுக்கு அதாவது நமது வழக்கமான முறைகளுக்கு அவர்கள் மூளை பழக்கப்பட்டிருக்காது என்பதால் அது பெட்டிக்கு வெளியேதான் யோசிக்கும். அப்படிக் கட்டற்று யோசிக்கும் அவர்களின் மூளையினை ஒரு பெட்டிக்குள் கொண்டு வரும் வேலையினைத்தான் நாம் கவனமாகச் செய்து கொண்டிருக்கிறோம். அதனை விடுத்து அவர்களுக்குச் சிந்திக்கும் சுதந்திரம் கொடுங்கள்.

சிந்தனைக்கு ஏது எல்லை?

ஒரு கருத்துருவாக்கம் நடைமுறைக்கு வரும் வேளையில் அதன் தொடர்ச்சியான ஆய்வில் அந்தக் கருத்து மறு உருவாக்கம் செய்யப்படுவதோ அல்லது மேம்படுத்தப்படுவதோ உண்டு. அப்படித்தான் நாம் சென்ற அத்தியாயத்தில் பார்த்த பெட்டிக்கு வெளியேயான சிந்தனை என்பது இன்னும் மேம்படுத்தப்பட்டு 'Without the Box Thinking' அதாவது பெட்டியே இல்லாமல் யோசிப்பது என்று மேம்பட்டுள்ளது. ஏனெனில் பெட்டி என்று ஒன்று இருப்பதே தடைதானே. பெட்டிக்குள் யோசிக்கும் வேளையில் ஒரு பெட்டியின் எல்லைக்குள் மட்டுமே நம் சிந்தனை சுற்றும். பெட்டிக்கு வெளியே என்றால் பெட்டியினைச் சுற்றி மட்டுமே யோசிக்கக்கூடும். பெட்டியே இல்லையென்றால் எந்தக் கோணத்தில் வேண்டுமானாலும் யோசிக்கலாம் அல்லவா, அதுதான் 'With out the box thinking'.

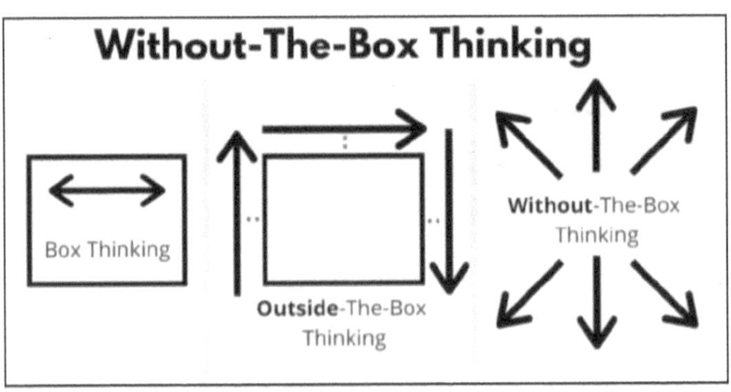

‘பெரிதினும் பெரிது கேள்’ என்பார் பாரதி. ‘பெட்டியில்லா சிந்தனை’ என்னும் இந்தக் கருத்துருவாக்கத்துக்கு இதனையே அடிப்படையாய்ச் சொல்லலாம். எல்லையே இல்லாத சிந்தனைகள்தான் பெரிய விஷயங்களைச் சாதிக்க வைக்கிறது. உதாரணமாக நமது சம காலத்தில் வசிக்கும் ‘எலான் மஸ்க்’ (Elon Musk) அவர்களை யோசித்துப் பாருங்கள். நாசாவிற்குப் போட்டியாக ராக்கெட் நிறுவனத்தினை உருவாக்குவது, மிக வேகமான மின்சாரத்தில் இயங்கும் மலிவு விலைக் கார்களை உருவாக்குதல் என அவரது சிந்தனைக்கு எல்லையே இல்லை. அந்தச் சிந்தனையினை அவர் செயல்படுத்தும் வேளையில் புதிய விஷயங்களும் பிறக்கின்றன.

சரியாகச் சொல்வதென்றால் எல்லாக் குழந்தைகளும் பெட்டியில்லா சிந்தனை உடையவர்கள்தான். குழந்தைகளின் உலகத்தில் சென்று பாருங்கள், இறக்கையுள்ள குதிரை, பறக்கும் மனிதன், ஏலியன்களுடன் பேசும் தொலைபேசி என அவர்களின் கற்பனைக்கு எல்லையே இருப்பதில்லை. நமக்கு அது நகைச்சுவையாக இருந்தாலும் கொஞ்சம் யோசித்துப் பாருங்கள். தொலைபேசி கண்டுபிடிக்கும்முன், இரண்டு வெவ்வேறு இடங்களில் உள்ள மனிதர்கள் ஒரு கருவியினால் பேசிக்கொள்ள இயலும் என்று சொன்னால் சிரித்திருப்பார்கள். எந்த ஒரு பெரிய கனவினையும் ஆரம்பக்காலத்தில் கைதட்டி பரிகாசம்தான் செய்திருப்பார்கள். ஆனால் பரிகாசம் செய்த அந்த மனிதர்கள்தான் அந்தக் கனவு நடைமுறைக்கு வந்த பின்னே முதலில் வாய் பிளந்து கைதட்டி இருப்பார்கள்.

ஆகையினால் குழந்தைகளுக்கு நாம் செய்ய வேண்டியது இரண்டு விஷயங்கள். முதலில், அவர்களைக் கனவு காணவிடுங்கள். சாதாரணக் கனவுகள் அல்ல. சாத்தியமில்லாத விஷயங்கள் குறித்த கனவுகள். இரண்டாவது, அந்தச் சாத்தியமில்லாத கனவுகளை எப்படிச் சாத்தியப்படுத்துவது என யோசிக்க வையுங்கள். எடுத்துக்காட்டுக்குச் சொல்வதென்றால், பறக்கும் குதிரை குறித்த அவனது கனவினை உற்சாகப்படுத்துங்கள், குதிரையைப் பறக்க வைக்க வேண்டுமானால் என்ன செய்யவேண்டும் என யோசிக்க வையுங்கள். முதலாவதாக அவன் குதிரையினைக் குறித்து முழுமையாகத் தெரிந்துகொள்ளவேண்டும், அடுத்ததாக வானில் பறக்கும் இயற்பியல் குறித்து முழுமையாகத் தெரிந்துகொள்ளவேண்டும். இப்படி ஒவ்வொரு விஷயமாகத் தெரிந்துகொண்டபின், அதனை எல்லாம் இணைத்து

அவன் கனவினை நடைமுறைப்படுத்துவது எப்படி என்று யோசிக்கவேண்டும்.

இதனை வாசிக்கும்போது உங்களுக்கு இது யதார்த்தம் தாண்டிய கற்பனை என்று தோன்றலாம், ஆனால் நினைவில் வைத்துக்கொள்ளுங்கள்.ஒரு வாகனத்தினால் தரையில் மட்டுமே செல்லமுடியும் என்று நினைத்துக்கொண்டிருந்தவர்களுக்கு மத்தியில் வாகனத்தில் பறந்து போகலாம் என்று யோசித்தவனால்தான் நமக்கு விமானம் கிடைத்து. எனவே குழந்தைகள் சாத்தியமில்லாத விஷயத்தினைப் பேசும்போது தடை போடாதீர்கள். அவர்களின் சிந்தனை விரிந்து கொண்டேயிருக்கட்டும்.

உணர்வுசார் நுண்ணறிவு

இதனை ஆங்கிலத்தில் 'EMOTIONAL INTELLIGENCE' என்பார்கள். நாளைக்கு ஒரு தேர்வு இருக்கும். அதே நேரத்தில் இந்தியா பாகிஸ்தான் கிரிக்கெட் போட்டி தொலைக்காட்சியில் ஒளிபரப்பாகும். கிரிக்கெட் பார்ப்பதா, தேர்வுக்குப் படிப்பதா? கிரிக்கெட் பார்க்கும் ஆசை ஜெயித்தால் தேர்வு கோவிந்தா. உணர்வினைக் கட்டுப்படுத்தும் திறன் இல்லாததால் கிடைக்கும் தோல்வி.

இன்னொரு கதையினைப் பார்ப்போம். குமார் ஒரு கடின உழைப்பாளி. மாதாமாதம் எப்படியாவது விற்பனை இலக்கை அடைந்து விடுவான். அவன் மேலாளர் அவனை விடச் சின்ன பையன், அவனிடம் திட்டு வாங்கி விடக்கூடாது என்ற கவனமும் ஒரு காரணம். ஒரு மாதம் வீட்டில் பிரச்சினை, விற்பனையில் கவனம் செலுத்தவில்லை. விற்பனை மிகவும் குறைந்து போயிற்று. அந்த மாதத்தின் ஊழியர்கள் சந்திப்பில் மேலாளர் குமாரைத் திட்ட ஆரம்பித்து விட்டார். அவருக்கு நல்லதொரு பணியாளன் இப்படி ஆகிவிட்டானே என்று வருத்தம். ஆகவே கொஞ்சம் அதிகமாகவே திட்ட ஆரம்பித்து விட்டார்.

குமாருக்கு வீட்டுப் பிரச்சினை ஒரு புறம். தன்னை விட வயதில் குறைந்தவனிடம் திட்டு வாங்குவது ஒரு புறம். இவையெல்லாம் சேர்ந்து கொதிப்பினை ஏற்படுத்த, எழுந்து பதிலுக்கு மேலாளரைத் திட்ட ஆரம்பித்து விட்டான். இந்தப் பிரச்சினை கடைசியாய் குமார் வேலையை ராஜினாமா செய்யும் அளவுக்குக்

கொண்டு போய்விட்டது. பின்னர் வேலை இல்லாமல் சுற்றிக் கொண்டிருந்த நாள்களில் குமார் யோசித்துப் பார்த்தபோது அன்று அவன் உணர்ச்சியைக் கட்டுப்படுத்தாதது தவறு என உரைத்தது. அவன் அன்று மேலாளர் திட்டியதைச் சவாலாக எடுத்துக்கொண்டு உழைத்து பதவி உயர்வு வாங்கி அந்த மேலாளருக்கு மேலாளராக வந்திருக்கலாம் அல்லவா, ஏன் அது நடக்கவில்லை. காரணம் உணர்வினைக் கட்டுப்படுத்தும் திறன் குமாருக்கு குறைந்து போனதுதான்.

ஒரு மனிதனின் வெற்றி மற்றும் நன்மதிப்பில் மிக முக்கியப் பங்கு வகிப்பது தனது உணர்வுகளை அவன் எவ்விதம் கட்டுப்படுத்தி வெளிப்படுத்துகிறான் என்ற விஷயம்தான். இதனைத்தான் உணர்வு சார் நுண்ணறிவு என்று சொல்கிறார்கள். ஆய்வு ஒன்றில் கல்லூரிக் காலத்தில் நுண்ணறிவு அதிகமாக இருந்த சில மாணவர்கள், பிற்பாடு தங்களுடைய தொழில் வாழ்க்கையில் ஒரே மாதிரியான வெற்றிகளைக் குவிக்கவில்லை என்பதனைக் கண்டறிந்தார்கள். அதன் தொடர்ச்சியாக அவர்கள் அனைவரும் ஒரே மாதிரியாக ஏன் வெற்றி பெறவில்லை என ஆராய்ந்தார்கள். அதற்குக் கிடைத்த விடைதான் உணர்வுசார் நுண்ணறிவு. நுண்ணறிவில் எவ்வளவு பெரிய கில்லியாக இருந்தாலும் தனது உணர்வுகளை முறையாகக் கட்டுப்படுத்தத் தவறியவர்களால் பெரிய வெற்றியினை அடைய முடிவதில்லை. ஆகையினால் உணர்வுசார் நுண்ணறிவினை நம் குழந்தைகளுக்குப் பயிற்றுவிப்பது மிக அவசியம். அதற்கு உணர்வுசார் நுண்ணறிவினை விரிவாகத் தெரிந்து கொள்வதும் மிக அவசியம்.

எழுத்தாளர் சுஜாதா அவர்கள், நமது மனித மூளையை ‘தலைமைச் செயலகம்’ என்று குறிப்பிடுவார். அது கொஞ்சம்கூட மிகைப்படுத்தப்படாத ஒரு வார்த்தை. இன்றைய மருத்துவ வளர்ச்சியில் கண், கிட்னி, இதயம் என்று அனைத்தையும் ஒரு மனிதனில் இருந்து இன்னொரு மனிதருக்கு மாற்றி வைக்கும் வழக்கம் வந்து விட்டது. ஆனால் ஒரு மனிதனின் மூளையினை இன்னொரு மனிதனுக்கு மாற்றுவது என்பது மட்டும் இதுவரை சாத்தியப்படவில்லை. ஒரு மனிதன் என்பவன் அவனது மூளையால் மட்டுமே அவனாகிறான் என்பதுதான் உண்மை.

நீங்கள் எப்படி இந்த உலகத்தினைப் பார்க்கிறீர்கள்? கண் என்று சொன்னால் அது தவறு. நீங்கள் எப்படிச் சப்தத்தினை உணர்கிறீர்கள்? காதின் வழியே என்று சொன்னால் அதுவும்

தவறு. சரியாகச் சொல்வதென்றால், நீங்கள் பார்க்கும் விஷயம் எல்லாம் கண்ணின் வழியே ஒளியின் வடிவில் மூளைக்குச் சென்று, மூளைதான் நீங்கள் பார்ப்பது என்னவென்று உங்களுக்கு வகைப்படுத்திச் சொல்லும். அது போலத்தான் நீங்கள் காதின் வழியாக ஒலியினை மூளைக்கு அனுப்பி வைக்க, மூளை அது என்ன வகையான சப்தம் என்று உங்களுக்குச் சொல்கிறது.

உதாரணமாக நீங்கள் ஒரு சிங்கத்தினைப் பார்த்தால், அது சிங்கம் போலத்தான் தெரியும். ஆனால் ஒரு குழந்தை சிங்கத்தினைப் பார்க்கும் வேளையில் அதற்கு அது ஓர் உருவமாகத்தான் தெரியும். ஏனெனில் அந்தக் குழந்தையின் மூளைக்கு அதனைச் சிங்கம் என்று சொல்லத் தெரியவில்லை. இப்போது மூளைதான் நம்மை ஆட்சி செய்கிறது அல்லது நம்மை நாமாக உருவப்படுத்துகிறது என்ற அடிப்படை ஓரளவிற்கு உங்களுக்குப் புரிந்திருக்கும். இப்படி நம்மையே உருவப்படுத்தும் மூளையினை இரண்டு பகுதிகளாகப் பிரித்துக்கொள்ளலாம். ஒரு பகுதியினை உணர்ச்சி மூளை (Limbic system) மற்றொரு பகுதியினை தர்க்க மூளை (Logical Brain) என்று சொல்லிக்கொள்வோம். உணர்ச்சி மூளை என்பது உணர்வுகளைக் கட்டுப்படுத்துவது. தர்க்க அல்லது லாஜிக்கல் மூளை என்பது சரியா தவறா என்னும் கேள்வியினை எழுப்பி அறிவு சார்ந்து நம்மை செயல்பட வைப்பது.

ஆதி மனிதன் உருவாகியபோது, மூளையும் பெரிதாய் உருவாகி இருக்கவில்லை. அதில் உணர்ச்சி மூளைப் பகுதிதான் பெரிதாக இருந்தது. எனவேதான் அவன் உணர்வுகளின் அடிப்படையில் செயல்பட்டான். அதாவது பசி வந்தால் சாப்பிடவேண்டும், உறக்கம் வந்தால் உறங்கவேண்டும் என்பது போன்ற உடல் தேவையான உணர்வுகளின் அடிப்படையில் அவன் செயல்பட்டான். கொஞ்சம் கொஞ்சமாகத்தான் தர்க்க மூளைப் பகுதி மரபுரீதியாக வளர ஆரம்பித்தது. அதுதான் அவனுக்கு எதனைச் சாப்பிடலாம் எதனைச் சாப்பிடக்கூடாது. என்ன செய்யலாம் என்ன செய்யக்கூடாது என அறிவு சார்ந்து இயங்க வைத்தது.

இப்போதும்கூட, மனிதன் மட்டுமே முழுமையடையாத மூளையோடு பிறக்கிறான். அதாவது ஒரு மீன் குஞ்சு பிறந்தவுடன் அதனால் நீந்த முடிவது போல, ஒரு குழந்தை பிறந்தவுடன் அதனால் தனித்து இயங்க இயலாது. ஒரு குழந்தை பிறக்கும்போது அதன் மூளையில் உணர்வுப் பகுதி

மட்டுமே இருக்கிறது. அதனால்தான் சிரிக்கவும் அழுகவும் செய்கிறது. அது வளரும் வேளையில்தான் அதனுடன் சேர்ந்து தர்க்க மூளையும் வளர ஆரம்பிக்கிறது.

உணர்ச்சி மூளையானது நம் உணர்வினை உடனடியாகச் செயல்படுத்தத் தூண்டுகிறது. ஆனால் தர்க்க மூளை உடனடியான எதிர்வினைத் தராமல், அறிவுபூர்வமாகச் செயல்படவைக்கிறது. உங்கள் தர்க்க மூளை சரியாகச் செயல்பட்டால் நீங்கள்தான் ராஜா. உங்கள் உணர்வுசார் நுண்ணறிவு சரியாகச் செயல்படுகிறது, வெற்றி எப்போதும் உங்கள் பக்கத்தில் இருக்கிறது.

இன்னும் சில உதாரணங்களைச் சொன்னால் உங்களால் தெளிவாகப் புரிந்துகொள்ள முடியும். கலைஞர் கருணாநிதி அவர்கள் முதல்வராக இருந்த சமயம், ஒரு பிரச்சினையில் வட இந்தியாவைச் சேர்ந்த ஒருவர் கலைஞரின் தலையை வெட்டிக்கொண்டு வந்தால் பத்து லட்சம் தருவேன் என்று சொல்லிவிட்டார். அடுத்த நாள் பத்திரிகை பேட்டியின்போது ஒரு செய்தியாளர் இதுகுறித்துக் கேட்டுவிட்டார். பொதுவாக உணர்ச்சி மூளை மிகுதியாகச் செயல்படும் மனிதர்கள் இதனைக் கேட்டவுடன் கோபப்படுவார்கள். நான் யார் தெரியுமா என்று எதிர்க்கேள்வி கேட்பார்கள். கலைஞரோ ரொம்பச் சாதாரணமாகத் தனது வழுக்கைத் தலையினைக் காட்டி, 'நானே எனது தலையைச் சீவி வெகு நாளாகிவிட்டது. அப்புறம் யாரால் சீவ முடியும்' என நகைச்சுவையாகச் சொல்லி நகர்ந்து விட்டார்.

இன்னொரு சம்பவம். உலகளவில் பிரபலமான குத்துச்சண்டையில் கைதேர்ந்த மைக் டைசன் ஒரு போட்டியில் எதிராளியின் காதைக் கடித்து விட்டார். குத்துச் சண்டைப் போட்டிகளில் இருந்து அவரைத் தடை செய்ததைக் காட்டிலும், உலகளவில் அவருக்கு அது எவ்வளவு பெரிய அசிங்கம். ஏன் அப்படிச் செய்தார். எதிராளி அவரைக் கோபப்படுத்தியபோது அவரது தர்க்க மூளை செயல்படும்முன் உணர்ச்சி மூளை முந்திக் கொண்டுவிட்டது.

இன்னுமொரு சம்பவம். கிரிக்கெட் வீரர் யுவராஜ்சிங் ஒரு போட்டியில் ஆறு பந்துகளையும் ஆறு சிக்சர்களாக மாற்றிய சாதனை உங்களுக்குத் தெரிந்திருக்கும். அந்த ஓவர் வீசப்படும்முன் அந்தப் பந்து வீச்சாளர் ஸ்டூவர்ட் பிராட் யுவராஜ்சிங்கினை கோபப்படுத்தும் விதமாக ஏதோ

சொல்கிறார். யுவராஜ் கோபப்படுகிறார். அந்தச் சமயம் தோனி வந்து என்னவோ கேட்க வருகிறார். அதன்பின் யுவராஜ் பேட்டிங் செய்யப் போகிறார். யுவராஜின் கோபம் உடனடியாக வெளிப்படாமல் சில வினாடிகள் தள்ளிப் போகிறது. உடனடியாகச் செயல்பட முனைந்த உணர்ச்சி மூளை செயல்படும் முன்னே, அதனைத் தாண்டிச் செயல்பட தர்க்கமூளைக்குச் சில வினாடிகள் கேட்கிறது. இப்போது தர்க்க மூளை அறிவு சார்ந்து கேள்விகள் கேட்கிறது. அவன் நம்மைத் திட்டியதற்கு அவனை அடித்தால் நம்மை இந்த விளையாட்டில் தடை செய்து விடுவார்கள். அவனை அடிக்கக் கூடாது. ஆனால் அவன் என்னைத் திட்டி இருக்கிறான். அவனை நான் பழி வாங்கவேண்டும். என்ன செய்யலாம். அவனது இந்த ஓவரை வெளுத்து வாங்கவேண்டும். விளைவு ஆறு பந்துகள், ஆறு சிக்சர்கள். ஒரு கோபம் முறையாக மடைமாற்றப்பட்டு விட்டது.

கொலை செய்துவிட்டு சிறையிலிருக்கும் பெரும்பாலான கைதிகளைக் கேளுங்கள். அந்த நிமிடம் உணர்ச்சி வசப்பட்டுச் செய்துவிட்டேன் இப்போது வருந்துகிறேன் என்று சொல்வார்கள். அது உண்மைதான். அந்தக் குற்றத்தினைச் செய்யும் வேளையிலும் அவர்களுக்கு அது என்ன வகையான குற்றம் என்றும் அதற்கு என்ன தண்டனை என்றும் தெரியும். ஆனால் தர்க்க மூளை அதனைச் சொல்வதற்குள் உணர்ச்சி மூளை வேலையை முடித்து விடும். உணர்ச்சி மூளை, தர்க்க மூளை செயல்பாடுகள் உங்களுக்குப் புரிந்திருக்கும். இப்பொழுது இன்னும் கொஞ்சம் விரிவாக அறிவியல் விஷயங்களைப் பேசலாம்.

நமது மூளையினைப் பற்றிய மிக அடிப்படையான மற்றும் எளிமையான விஷயங்களைத் தெரிந்துகொண்டோம். இப்போது நமது மூளையின் அங்கமான மூன்று முக்கியமான பகுதிகளைப் பற்றித் தெரிந்து கொள்ளலாம். இந்த அடிப்படையினை நாம் புரிந்துகொண்டால்தான், நம் குழந்தைகளின் உணர்வுசார் நுண்ணறிவினை மேம்படுத்த இயலும்.

1. தலாமஸ் (Thalamus)

2. விஷுவல் கார்டெக்ஸ் (Visual Cortex)

3. அமிக்தலா (amygdale)

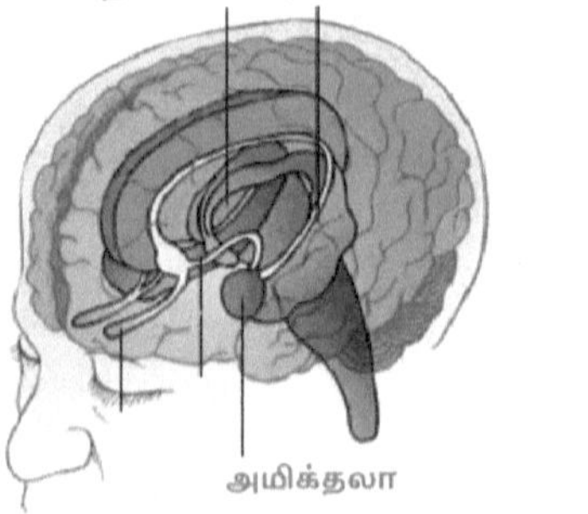

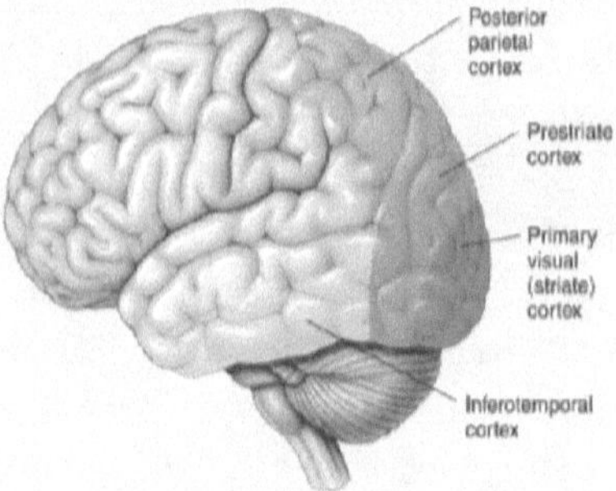

விஷுவல் கார்டெக்ஸ்

இந்த மூன்றும் என்ன வேலை பார்க்கிறது என்பதை ரத்தினச் சுருக்கமாகப் பார்த்து விடலாம். நம் புலன் உறுப்புகள் (கண், காது, மூக்கு, வாய், உடம்பு) உணரும் எந்த விஷயமும் முதலில் தலாமஸ்க்குத்தான் போகும். தலாமஸ் உடனடியாக அதனை மூளைக்குப் புரிந்து கொள்ளும் பாஷையில் உணர்ச்சிகளைச் செய்திகளாக மாற்றி கார்டெக்ஸ்க்கு அனுப்பும். கார்டெக்ஸ் அவற்றைப் பிரித்து ரக வாரியாக அனுப்பி வைத்துச் செயல்படவைக்கும். இதில் உணர்வு சம்பந்தப்பட்ட விஷயம் இருந்தால் அமிக்தலாவுக்கு அனுப்பிவிடும். இதுதான் பொதுவான வழிமுறை.

உதாரணமாக நாம் ஒரு பாம்பினைப் பார்த்தால் அது கண்ணின் வழியே ஒளி வடிவமாக முதலில் தலாமஸ்க்குப் போகும். அது பாம்பு ஒன்று நமக்கு முன்னால் இருக்கிறது என்ற செய்தியினை கார்டெக்ஸ்க்கு அனுப்பும். இப்போது நீ ஜாக்கிரதையாக இருக்கவேண்டும் என்ற செய்தியினை கார்டெக்ஸ் அமிக்தலாவிற்கு அனுப்பும். நமக்குப் புரியும் வகையில் சொல்லிக்கொள்வதென்றால் ஏறக்குறைய, இப்படித்தான் நமது மூளை செயல்படுகிறது. நாம் சொன்ன தர்க்க மூளை என்பதுதான் கார்டெக்ஸ். அதாவது அத்தனை விஷயங்களையும் அறிவார்ந்து கட்டுப்படுத்துவது.

ஒரு பாதாம் பருப்பு போன்ற வடிவில் இருக்கும் இந்த அமிக்தலா நமது மூளையினைச் சிந்திக்க விடாமல் ஆக்கிரமித்துக் கொள்ளும் அளவிற்குக் கெட்டிக்காரர். நமது அத்தனை உணர்வுகளுக்கும் அதிபதி இந்த அமிக்தலாதான். ஒருவேளை இந்த அமிக்தலாவினை உங்கள் மூளையில் இருந்து தூக்கிவிட்டால் என்னவாகும். உங்கள் உணர்வுகள் அனைத்தும் பூஜ்யமாகி விடும். வடிவேல் காமெடிக்குக்கூட

சிரிப்பு வராது. சிரிப்பென்றால் கிலோ என்ன விலை என்று கேட்பீர்கள். சொந்தப் பாட்டி செத்தாலும் அழுகை வராது. அப்படியா பாட்டி போய்டுச்சா, அதனால் என்ன என்று பார்ப்பீர்கள்.

சரி இப்போது நமது விசயத்திற்கு வரலாம். இந்த அமிக்தலா எப்படி மூளையினை ஆக்கிரமிக்கிறது? ஏற்கெனவே சொன்னதை மீண்டும் நினைவு படுத்திக்கொள்ளுங்கள். புலன் உறுப்புகளில் இருந்து தலாமஸ் – தலாமஸ்லிருந்து கார்டெக்ஸ் – கார்டெக்ஸ்லிருந்து அமிக்தலா. இதுதானே செயல்முறை. ஆனால் சில ஆபத்து அல்லது உணர்ச்சி வசப்படும் நேரங்களில் தலாமஸ், உணர்ச்சி செய்திகளை கார்டெக்ஸ்க்கு அனுப்பும் அதே சமயத்தில் குறுக்கு வழியில் அமிக்தலாவுக்கும் செய்தியினை அனுப்பி விடும். இது ஏன் நடக்கிறது. ஓர் ஆபத்துக் காலத்திலோ அல்லது உணர்ச்சி மிகுதியிலோ நாம் எப்போதும் செயல்படுவதைக் காட்டிலும் அதிவேகமாகச் செயல்படவேண்டும் என்பதற்காகத்தான். கார்டெக்ஸ்க்கு செய்தி போய் அது அமிக்தலாவிற்கு அனுப்பும்முன் ஏதேனும் நிகழ்ந்துவிடக்கூடாது என்ற நல்லெண்ணத்தில் தலாமஸ் இதனைச் செய்கிறது.

ஆனால் அமிக்தலா கார்டெக்ஸைக் காட்டிலும் வேகமாகச் செயல்படும் கில்லாடி. அதற்குச் சரியான உணவு கிடைத்து விட்டால் அதாவது சரியான செய்தி கிடைத்து விட்டால் யானை பலம் வந்து விடும். குதிரையினைப் போல் வேகமாக ஓட ஆரம்பிக்கும். எனவே கார்டெக்ஸ் யோசித்து இதனைச் செய்யலாமென சொல்லும்முன் அமிக்தலா உடனடியாக நம்மைச் செயல்படுத்தி உணர்ச்சி மிகுதியில் ஏதாவது செய்ய வைத்துவிட்டு, செந்தில் போல அப்பாவியாக,அமைதியாக உட்கார்ந்து கொள்ளும். அப்புறம்தான் கார்டெக்ஸ் அச்சச்சோ இப்படிப் பண்ணிட்டானே என யோசிக்கும்.

அப்படியானால் உணர்வுசார் நுண்ணறிவினை மேம்படுத்த என்ன செய்யவேண்டும் என உங்களுக்குப் புரிந்திருக்கும். அமிக்டலாவின் குறுக்கு வழியைத் தேடிக்கண்டுபிடித்து அடைக்கவேண்டும். இதற்கு அறுவை சிகிச்சை தேவையில்லை உணர்ச்சிகளைக் கட்டுப்படுத்திகொண்டால் போதும் அமிக்டலாவை நம் அடிமையாக்கி விடலாம். சரி இவ்வளவு மெனக்கெட்டு உணர்வுசார் நுண்ணறிவினை ஏன் வளர்த்துக் கொள்ளவேண்டும். ஏற்கெனவே சொன்னதுதான் ஒருவர் எவ்வளவு பெரிய புத்திச்சலியானாலும் உணர்வுகளைக்

கட்டுப்படுத்தும் இந்தத் திறன் இல்லையெனில் பெரிதாகச் சாதிக்க முடியாது என்பதே நிதர்சனம்.

இந்த அத்தியாயத்தின் ஆரம்பத்தில் பார்த்த குமாரினை நினைவுக்குக் கொண்டு வாருங்கள். நல்ல அறிவும் திறனும் உடைய அவரால் வெற்றியினைச் சுவைக்க இயலாமல் போனதற்குக் காரணம் என்ன என்று பார்த்தோம். இப்போது கிரிக்கெட் வீரர் தோனியினை நினைவுக்குக் கொண்டு வாருங்கள். 'கேப்டன் கூல்' என்று அவர் அழைக்கப்படுவதற்குக் காரணமான அவரது செயல்பாடுகள் உங்கள் நினைவுக்கு வரும். எந்தக் கடினமான சூழ்நிலையிலும் வெகு நிதானமாக முடிவெடுக்கும் அவரது பழக்கத்தினால்தான் நமது அணி நிறையக் கோப்பைகளை வென்றது. விளையாட்டு, தொழில், அறிவியல் என்று எந்தத் துறையில் நம் குழந்தைகள் சாதனையாளராக மாறவேண்டும் என்று நினைத்தாலும், உணர்வுகளைக் கட்டுப்படுத்தி முறையாக வெளிப்படுத்துகிற உணர்வுசார் நுண்ணறிவினை நம் குழந்தைகளுக்கு மேம்படுத்துவது அவசியம்.

நாம் உணர்ச்சிவசப்பட்ட நிலையில் இருக்கும் வேளையில் நம்மால் முறையாகச் சிந்திக்க இயலாது. அப்போது நம் மூளை முழுவதும் உணர்ச்சியின் ஆதிக்கத்தில் இருப்பதால் தர்க்கமூளை முழுமையாகச் செயல்படாது. எனவே குழப்பத்தில்தான் இருக்கும். இது போன்ற நிலைகள் அடிக்கடி நிகழ்ந்தால் மூளையின் திறன் குறைய ஆரம்பிக்கும். குழந்தை வளர்ப்பில் இது முக்கியமானது. இன்னும் கொஞ்சம் விளக்கமாகப் பார்க்கலாம்.

நம் மூளையில், ஹிப்போ கேம்பஸ் (Hippocampus) என்றொரு பகுதி இருக்கிறது. நம் உணர்வுகளும் நினைவுகளும் அந்தப் பகுதியில்தான் பதிந்து வைக்கப்படுகிறது. ஒரு முறை ஒரு நாயிடம் கடி வாங்கி விட்டால் மறுமுறை எந்த நாயினைப் பார்த்தாலும் ஒரு சிறிய பயம் வருமே, அதற்குக் காரணம் இந்தப் பதிவுகள்தான். நாம் ஏற்கெனவே சொன்னது போல, குழந்தைகள் பிறக்கும்போது 100% முழுமையான மூளையோடு பிறப்பதில்லை. மற்ற உயிரினங்கள் போல் அல்லாது ஏன் மனிதன் மட்டும் இவ்வாறு பிறக்கிறான். உண்மையில் இப்படிப் பிறக்கிற காரணத்தினால்தான் மனிதன் தன் அறிவால் உலகை ஆள்கிறான். ஒவ்வொரு மனிதனும் அவன் வளர வளர அவனுக்குத் தேவையானவற்றைக் கற்றுக்கொள்ளவேண்டும் என்பதனாலேயே இயற்கை இப்படிப் படைக்கிறது.

உதாரணமாகப் பாலைவனத்தில் பிறக்கும் ஒருவன் அந்தச் சூழலில் வாழ்வதற்கேற்பச் சில விசயங்களைக் கற்றுக்கொள்ள வேண்டியிருக்கும். குளிர் பிரதேசத்தில் பிறந்தால் அதற்கேற்ப மாற வேண்டியிருக்கும். அது போலவே தமிழகத்தில் பிறந்தால் தமிழில் பேச வேண்டியிருக்கும். மும்பையில் பிறந்தால் இந்தியில் பேச வேண்டியிருக்கும். இப்படிப் பல, அதனால்தான் ரெடிமேட் மூளையோடு நாம் பிறப்பதில்லை.

நமது மூளை எப்போதும் கற்றுக்கொள்ளத் தயாராகவே இருக்கும். இங்கு நாம் கவனிக்கவேண்டியது, ஒரு குழந்தை பிறக்கும்போது உணர்ச்சிப் பகுதிதான் இருக்கும். தர்க்க மூளை கொஞ்சம் கொஞ்சமாக வளர்ந்து வரும்வரை குழந்தைகளை உணர்ச்சிகள் அதிகமாக ஈர்க்கும். அந்த உணர்ச்சிகள் ஹிப்போ கேம்பசில் ஆழமாகப் பதிவாகும். கரப்பான் பூச்சிக்குப் பயப்படுவது போன்ற சின்ன விஷயத்திலிருந்து மனநலம் பாதிக்கப்படுவது வரையிலான சிறுவயது பாதிப்புகள் பெரியவர்கள் ஆன பின்னும் தொடர்வது இதனால்தான். எனவே குழந்தைகளைப் பாதிக்கும் உணர்ச்சிகளுக்கு அவர்கள் ஆட்படாமல் இருப்பது மிக மிக அவசியம்.

சில தன்னம்பிக்கை பேச்சாளர்கள் சொல்வதைக் கேட்டிருப்பீர்கள். உங்களால் ஜெயிக்க முடியும், ஜெயிக்க முடியும் என்று சொல்லிக்கொண்டே இருந்தால் நீங்கள் நிச்சயம் ஜெயித்து விடுவீர்கள் என்று சொல்வார்கள். அது எப்படிச் சாத்தியம். ஹிப்போகேம்பசில் நேர்மறை எண்ணங்கள் பதிவாகையில், உங்கள் நம்பிக்கை அதிகமாகிறது. நம்பிக்கை வெற்றி பெற வைக்கிறது. அவ்வளவுதான்.

உணர்வுசார் நுண்ணறிவு குறித்து கொஞ்சம் விரிவாகப் பேசிவிட்டோம். இப்போது உணர்வு சார் நுண்ணறிவு என்றால் என்ன? குழந்தைகளின் உணர்வுகள் எப்படிச் சிந்திக்கும் திறனைப் பாதிக்கிறது என்பதனை எல்லாம் தெரிந்து கொண்டோம். சரி குழந்தைகளிடம் உணர்வுசார் நுண்ணறிவினை வளர்க்க என்ன செய்யவேண்டும்?

இதற்கும் ஒரு தயார் நிலை சூத்திரம் இல்லை என்பதே நிஜம். உணர்வுசார் நுண்ணறிவானது ஒவ்வொரு குழந்தைக்கும் மாறுபடும். ஏன் ஒவ்வொரு வளர்ச்சி நிலையிலும்கூட மாறுபடும். எனவே இதனை இப்படித்தான் வளர்க்க இயலும் என்று சர்வ நிச்சயமாகச் சொல்ல இயலாது. மேலைநாடுகளில் இதற்கென தனிப் பயிற்சி வகுப்புகள் நடத்தப்படுகின்றன. நம்மளவில்

முதலில் குழந்தைகளுக்கு அவர்களின் உணர்ச்சிகளைப் புரிய வையுங்கள். அந்த உணர்ச்சிகளுக்கான அடிப்படைக் காரணம் என்ன எனப் புரிய வையுங்கள். உதாரணமாக உங்கள் குழந்தை அடிக்கடி கோபப்பட்டால், அதற்கான அடிப்படைக் காரணம் என்ன என்பதனை உற்றுக் கவனியுங்கள். அதனை உங்கள் குழந்தைக்கும் புரிய வையுங்கள். அந்தக் கோபத்தினை எப்படி முறையாக மடை மாற்றலாம் என்று திட்டமிடுங்கள், செயல்படுத்துங்கள். இது என்ன கொக்கின் தலையில் வெண்ணெய் வைத்துப் பிடிக்கும் மெனக்கெட்ட வேலை என்று யோசிக்காதீர்கள். ஒவ்வொரு குழந்தையும், பச்சைக் களிமண் போலவே இருக்கிறார்கள். நீங்கள் எப்படி அந்தக் களிமண்ணிற்கு உருவம் கொடுக்கிறீர்களோ அவ்வாறே ஆகிறார்கள்.

மூளையின் அதிர்வெண்

நம் தினசரி வாழ்வில் நிகழும் நிகழ்வுகளுக்கு ஏற்ப நம் மூளை அதிர்வுகளை வெளிப்படுத்துகிறது. ஒரு நொடியில் ஏற்படும் அலைவுகளின் எண்ணிக்கை அதிர்வெண் எனப்படும். நம் மூளை வெளிப்படுத்தும் அதிர்வெண்களின் அடிப்படையில், மொத்தம் நான்கு நிலைகளாகப் பிரிக்கப்பட்டுள்ளது.

1. பீட்டா நிலை

இந்நிலையில் மூளையின் அதிர்வெண் பதினைந்து முதல் நாற்பதுவரை இருக்கும். நமது சாதாரண நிலையில் அதிர்வெண் இருபதுவரை இருக்கும். உணர்ச்சி வசப்பட்ட நிலையில் இருபது முதல் நாற்பதுவரை இருக்கும். அதிர்வெண் அதிகரிக்க அதிகரிக்க உடல் நலம் குறையும் எனச் சொல்லத் தேவையில்லை.

2. ஆல்பா நிலை

இந்நிலையில் அதிர்வெண் எட்டு முதல் பதினான்குவரை இருக்கும்.

பொதுவாக எந்தக் கவலையும் இன்றி மனமும் உடலும் ஓய்வில் இருக்கும்போது மூளை இந்நிலையில் இருக்கும். இந்நிலையில் நம் உள்ளுணர்வு மிகச்சிறப்பாக இருக்கும். பொதுவாகத் தியானம் செய்யும் பொழுது இந்நிலை அடையக்கூடும்.

3. தீட்டா நிலை

இதில் அதிர்வெண் நான்கு முதல் ஏழுவரை இருக்கும். ஆழ்ந்த உறக்கத்திற்கு முந்தைய நிலை இது.

4. டெல்டா நிலை

இந்நிலையில் ஒன்று முதல் மூன்றுவரை அதிர்வெண் இருக்கும். இதனைச் சமாதி நிலை என்றும் சொல்லலாம்.

பொதுவாக நம் மூளை எப்போதும் பீட்டா நிலையில்தான் இருக்கும். ஆனால் நம் உணர்வுகளைச் சிறப்பாகக் கையாள்வதன் மூலம் அதிர்வெண்களைக் குறைக்க முடியும். பொதுவாக அதிர்வெண்கள் குறையும்போது நமது கவனத்திறன் அதிகரிக்கும். அதனால்தான் தியானம் செய்துமுடித்தபின் அல்லது அதிகாலை நேரங்களில் படிக்கும்போது சுலபமாகப் புரிந்துகொள்ள முடிவதும், மனதில் இருத்திக்கொள்ள முடிவதும்.

எதிர்மறையான சூழல்களைக் குழந்தைகளைச் சுற்றி ஏற்படுத்தாதீர்கள். சரியாகச் சொல்வதென்றால் உங்கள் உணர்ச்சிகளில் இருந்தே, அதாவது நீங்கள் எப்படி உணர்ச்சிகளை வெளிப்படுத்துகிறீர்களோ அவ்விதமே குழந்தையும் கற்றுக்கொள்கிறது. அதனால் நீங்கள் ஒரு நல்ல ஆசானாக இருக்க முயலுங்கள்.

அது போன்று உணர்வு சார் நுண்ணறிவினை மேம்படுத்துகிறேன் என்று குழந்தைகள் எந்த உணர்ச்சியினையும் வெளிக்காட்டாது கட்டுப்படுத்தவேண்டும் என்று வற்புறுத்தாதீர்கள். உதாரணமாக ஒரு குழந்தைக்குக் கோபம் என்னும் உணர்வு வரும்போது, உன் கோபத்தை அடக்கிக்கொள்ளவேண்டும் என்று சொன்னால் என்ன ஆகும்? இப்படி அடக்கி வைக்கப்படும் கோபம் மொத்தமாய் ஒருநாள் எரிமலை போல வெடித்து விடும். நமக்குள் இருக்கும் எல்லா உணர்வுகளும் எரிமலைக் குழம்பு போன்றதுதான். அடக்கி வைத்துக்கொண்டே இருந்தால் ஒருநாள் திடீரென வெடித்து விடும். அப்படியானால் என்ன செய்வது. கோபம் வரும்போது அதனை மடை மாற்றப் பயிற்சி பெறவேண்டும். (யுவராஜ் செய்தது போல) ஒவ்வொரு உணர்வினையும் நிச்சயம் வெளிப்படுத்தவேண்டும். அடக்கிவைத்தல் கூடாது. ஆனால்

அதனை முறையாக வெளிப்படுத்துவதில்தான் சூட்சுமம் உள்ளது.

தியானம், யோகா போன்ற வகுப்புகளும் சில நேரங்களில் பயன் தரலாம். ஆனால் அது மட்டும்தான் உணர்வுகளைக் கட்டுப்படுத்தும் ஒரே வழி என்று நாம் நம்பினால் அது உண்மையல்ல. அதே போலச் சில நேரங்களில் அவர்களைப் புத்தகம் வாசிக்கப் பழக்குவதும் பலன் தரும். இப்படி உங்கள் குழந்தைக்கான செயல்திட்டத்தினை நீங்களே வகுப்பதுதான் நல்லது.

நீங்கள் எந்த வகை 'அ'?

நான்கு 'அ' என்பது குறித்துப் பார்க்கும்முன் ஒரு கதையினைப் பார்க்கலாம்.

ஒரு பெரிய நிறுவனத்தினை வெற்றிகரமாக நடத்திக் கொண்டிருந்த தொழிலதிபர் ஒருவர் வயோதிகம் காரணமாக, தனது நிறுவனத்தின் தலைவர் பொறுப்பினைத் தனக்குக் கீழே உள்ள யாராவது ஒருவருக்குக் கொடுத்து விட நினைக்கிறார். தேர்வு செய்யும் அந்த நபர், தனக்குப்பின் தன் நிறுவனத்தினையும் ஊழியர்களையும் முறையாக வழிநடத்திச் செல்லும் தகுதியுடையவராக இருக்கவேண்டும் என்பதனால், பல்வேறு சோதனைகளை நடத்தினார். இறுதியாக அனைத்துத் தேர்வுகளுக்கும் பின்னால் நான்கு நபர்கள் தேர்வாயினர்.

நான்கு பேருமே சமமான தகுதியும் திறமையும் உடையவர்கள் என்பதனால் அதிலிருந்து யாரைத் தேர்வு செய்வது என்ற குழப்பம் வந்தது தொழிலதிபருக்கு. எனவே இறுதியாக ஒரு தேர்வினை நடத்துவது என்று முடிவு செய்தார். நான்கு நபர்களையும் தனித்தனியே அழைத்து ஒரு விதையினைக் கொடுத்தார். குறிப்பிட்ட காலத்தில் அதனை வளர்த்து வந்து காட்டும்படி சொன்னார். அதன்பின், தனது மேலாளரை அழைத்து, அவர்கள் நால்வருக்கும் அந்த குறிப்பிட்ட காலத்தில் எப்போதும் கொடுப்பதனைக் காட்டிலும் அதிகமான வேலைப் பளுவினைத் தரக் கூறினார். தேர்வு தொடங்கியது. நால்வரும் தங்களுக்குத் தரப்பட்ட விதையினைத்

தொட்டியில் ஊன்றினார்கள். அதே சமயம் அவர்களுக்கு அலுவலகத்திலும் வேலைப்பளு அதிகமானது.

முதல் நபர் விதையினை ஊன்றி, தோட்டத்தில் அந்தத் தொட்டியினை வைத்து விட்டார். தொடர் அலுவலகப் பணியினால், அந்தத் தொட்டியினைக் கவனிப்பதற்கே நேரம் இல்லை. அவரின் எண்ணம் என்னவென்றால், விதைத் தானாக வளர்ந்துவிடும், அதனைக் கவனிக்கவேண்டிய அவசியம் இல்லை. அதே சமயம் அந்த நேரத்தினைத் தனது அலுவலகப் பணியினை முடிப்பதில் காட்டினால், தனது திறமையினை நிரூபிக்க இயலும் அதனால் பதவி உயர்வு கிடைக்கும் என்று எண்ணினார்.

இரண்டாவது நபர், ஒவ்வொரு நாளும், எந்த உரம் போட்டால் நன்றாக வளரும் என்று நினைக்கிறாரோ அந்த உரத்தினைப் போடுவார். எவ்வளவு தண்ணீர் ஊற்றினால் போதும் என்று நினைக்கிறாரோ அவ்வளவு தண்ணீர் ஊற்றுவார்.

மூன்றாவது நபர், செடி நன்றாக வளரவேண்டும் என்ற ஆசையில் ஒவ்வொரு நாளும் நிறையத் தண்ணீரையும், உரத்தினையும் போட்டார்.

நான்காவது நபர், கடுமையான வேலைப்பளுவிற்கிடையே கொஞ்சம் நேரம் செலவழித்து அது என்ன விதை, அதற்கு எவ்வளவு உரம் தேவை, எவ்வளவு தண்ணீர் ஊற்றவேண்டும் என்பதனைத் தெரிந்து கொண்டார். ஒவ்வொரு நாளும் அதனைப் பின்பற்றி முறையாகத் தண்ணீரும் உரமும் இட்டு வளர்த்தார்.

இறுதியில் எந்த விதை நன்றாக வளர்ந்திருக்கும், யார் அந்தப் போட்டியில் வென்று இருப்பார்கள் என்பது உங்களுக்குப் புரிந்திருக்கும். விதைக்கு என்ன தேவை என்று புரிந்துகொண்டு அதனை முறையாகக் கொடுத்த நான்காம் நபர்தான் வெற்றி பெற்றார். இந்தக் கதையிலிருந்து நாம் புரிந்துகொள்ள வேண்டியது, அந்த விதைதான் நம் குழந்தைகள். அந்தப் போட்டியாளர்கள்தான் நாம்.

மேலே சொன்ன நான்கு வகை நபர்களின் குணங்களுக்குள் எல்லாப் பெற்றோர்களையும் அடக்கிவிடலாம். அதுதான் நான்கு ‘அ’ க்கள்.

1. அணுவளவும் கவலைப்படாதவர்.
2. அதிகாரம் செலுத்துபவர்.

3. அளவுக்கதிகமான சுதந்திரம் கொடுப்பவர்.

4. அரவணைத்து வழி நடத்துபவர்.

அணுவளவும் கவலைப்படாதவர்

இவர் குழந்தை வளர்ப்பினைப் பற்றிக் கொஞ்சமும் கவலைப்படமாட்டார். அவர்கள் என்ன படிக்கிறார்கள், அவர்களுக்கு என்ன தேவை, அவர்களின் விருப்பம் என்ன இதிலெல்லாம் அவர்களுக்கு அக்கறையே இல்லை. இந்த வகைக் குழந்தைகள் ஒரு காட்டுச்செடியினைப் போல் வளர்வார்கள். இந்தப் பெற்றோர்கள் வளர்க்கும் குழந்தைகளில், வாழ்வில் முறையான இலக்கினை அல்லது வெற்றியினை அடையும் குழந்தைகளின் எண்ணிக்கை குறைவாகவே இருக்கும். அப்படி வெற்றியடையும் குழந்தைகளுக்கும் அவர்களின் தன் முயற்சியே காரணமாக இருக்கும்.

அதிகாரம் செலுத்துபவர்

குழந்தைகளுக்கு என்னவேண்டும் என்பதில் இவருக்கு அக்கறை கிடையாது. தனக்குப் பிடித்ததைக் குழந்தைகளிடம் திணிப்பார். எப்படித் தேவையில்லாத உரமும் அளவு சரியாக இல்லாத தண்ணீரும் விதையின் வளர்ச்சியினைப் பாதிக்கின்றதோ, அது போலவே பிடிக்காத விஷயங்களைத் திணிக்கும் குழந்தைகளும் பெரிய அளவிலான உயரங்களைத் தொட முடியாது போகிறது.

அளவுக்கதிகமான சுதந்திரம் கொடுப்பவர்

ஒரு ரூபாய் கேட்கும் குழந்தைக்குப் பத்து ரூபாய் கொடுப்பது, சைக்கிள் கேட்டால் கார் வாங்கித்தருவது, என்ன செய்தாலும் ஆதரிப்பது இப்படி அளவுக்கதிகமான செல்லமும் சுதந்திரமும் கொடுக்கப்படும் குழந்தைகள் சரியான உயரத்தினைத் தொடுவதில்லை. அளவுக்கதிகமான தண்ணீரும் உரமும் சில வேளைகளில் விதையினையே அழுகிப் போகச் செய்துவிடும். குழந்தைகளும் அப்படித்தான். அளவுக்கதிகமான சுதந்திரம் அவர்களைத் தடம்மாறிப்போகச் செய்துவிடும்.

அரவணைத்து வழி நடத்துபவர்

குழந்தைகளுக்கு என்ன தேவை என்று உணர்ந்து அவர்களை முறையாக அரவணைத்து வழிநடத்திச் செல்கையில், அந்தக் குழந்தைகள் உயரங்களைத் தொடுகிறார்கள்.

இப்போது உங்கள் மனதிற்கு உண்மையாய் யோசித்துப்பாருங்கள். நீங்கள் எந்த வகையான 'அ.'

குழந்தை வளர்ப்பு என்பது மிகப்பெரிய கலை. அதன் அத்தனை அம்சங்களிலும் நாம் முனைவர் ஆகிவிட இயலாது. ஆனால் நமக்கு, நம் குழந்தைகளை முறையாக வளர்க்க, அவர்களைச் சாதனையாளர்களாக்க என்ன தேவையோ அதனைத் தெரிந்து கொண்டால் போதும். நிச்சயம் எல்லாப் பெற்றோர்களும் எல்லா நேரத்திலும் நான்காவது 'அ' வாக இருப்பதில்லை. சில நேரம் இரண்டாம் 'அ' வாக, சில நேரம் மூன்றாவது 'அ' வாக மாறி விடுகிறார்கள். எவ்வளவு தூரம் நாம் நான்காவது 'அ' பெற்றோராக மாறுகின்றோமோ அந்த அளவு நம் குழந்தைகள் உயரம் தொடுவார்கள். அதனால் நம்மை மாற்றுவதற்கான முயற்சியினை உடனடியாகச் செய்யுங்கள். அதற்கான முதல் படியினை இன்றே துவங்குங்கள்.

சரி... முதலாவது 'அ' வினை விட்டு விட்டோமே... அது ஒரு தனிப்பட்ட கதை. மிகக் குறைவான சதவிகிதமே இருக்க முடியும். மேலும் முதலாவது 'அ' பெற்றோர்கள் நிச்சயம் இந்தப் புத்தகத்தினை வாங்க மாட்டார்கள் என்பது எனது அசைக்க முடியாத நம்பிக்கை. எனவே அவர்களாய்ப் பற்றிப்பேச ஒன்றும் இல்லை.

குழந்தைகளை அரவணைத்து வழிநடத்தவேண்டும் என்று சொல்லியாயிற்று, ஆனால் அது எவ்விதம் சாத்தியப்படும். எப்படி ஒரு நல்ல பெற்றோராக இருக்கவேண்டும் என்பது ஒரு மில்லியன் டாலர் கேள்வி. கார் ஓட்டுவதற்கு ஒரு ரெடிமேட் வழிமுறை இருப்பது போல நல்ல தாய் தந்தையாக இருக்க இதுதான் வழிமுறை என்று ரெடிமேட் வழிமுறை இல்லை. அப்படியானால் 'பேரண்டிங்க்' வகுப்புகளில் (Parenting Class) என்ன சொல்லித் தருவார்கள்?

ஓர் உதாரணத்தினைப் பார்க்கலாம். நீங்கள் உங்கள் பள்ளிக் காலங்களில் பிதாகரஸ் தியரம் (Pythagorean Theorem) படித்து இருப்பீர்கள், பள்ளிப் படிப்பினை முடித்த பிறகு அதனை எங்குப் பயன்படுத்தி இருக்கிறீர்கள் என்று யோசித்துப் பாருங்கள். நான் ஒரு சம்பவம் சொல்கிறேன். நான் அடிப்படையில் ஒரு கட்டுமானப் பொறியாளன் (Civil Engineer) கல்லூரி முடித்தபின் ஒரு கட்டடம் கட்டும் பணியில் ஈடுபட்டேன். கட்டடம் கட்டும் பணியில் முதல் வேளை என்பது மார்க்கிங்க் (Marking) செய்வது, அதாவது

நாம் எப்படிக் கட்டடம் கட்டவேண்டும் என்று வரைபடம் தயாரித்து வைத்திருக்கிறோமோ அதனைக் கட்டடம் கட்டும் இடத்தில் நூலைக்கொண்டு உருவாக்க அல்லது வரையவேண்டும். அதன் பிறகுதான் அஸ்திவாரம் போடப் பள்ளம் தோண்டுவார்கள்.

இதனை நடைமுறையில் செய்யும்போது நிறையப் பிரச்சினைகள் உள்ளன. அதில் ஒன்று கிடைமட்டச் சுவரையும் பக்கச் சுவரையும் செங்குத்தாக 90 டிகிரியில் மார்க் செய்வது. காகிதத்தில் வரைபடம் வரையும்போது அதனைச் சரியாகச் செய்து விடலாம். ஆனால் தரையில் இந்த வேலையினைச் செய்யும்போது கடினமாக இருக்கும். மேஸ்திரி 'சார் மூணு நாலு அஞ்சு வைங்க' என்று சொன்னார். எனக்கு ஒன்றும் புரியவில்லை. பின்னர் அவர் விளக்கமாகச் சொன்னார். 'ஏதாவது ஒரு பக்க நூலில் மூணு மீட்டர்ல மார்க் பண்ணுங்க. அதுக்கு செங்குத்தா போகிற நூலில் நாலு மீட்டர்ல மார்க் பண்ணுங்க. இப்ப அந்த ரெண்டு மார்க்கிங்க் பாயிண்டையும் சேர்த்து கிராஸா அளந்து பாருங்க. அது அஞ்சு மீட்டர் வரணும். அப்படி வந்தா, அது சரியா இருக்கும் இல்லாட்டி மாத்தணும்.'

எனக்கு அந்தக் கணக்கு புரிந்தது போல இருந்தது. இதனை எங்கோ படித்து இருக்கிறோம் என்று தோன்றியது. ஆனால் எங்கே என்று புரியவில்லை. சில நாள்கள் நீண்ட யோசனைக்குப் பிறகுதான் அது பிதாகரஸ் தியரம் என்பது நினைவுக்கு வந்தது.

ஒரு செங்கோண முக்கோணத்தில் கர்ணத்தின் (hypotenuse) இருமடியானது (Square), மற்ற இரண்டு பக்கங்களின் இருமடியின் கூட்டுத்தொகைக்குச் சமமாக இருக்கும்.

செங்கோண முக்கோணம் ABC இல், $AC^2 = AB^2 + BC^2$.

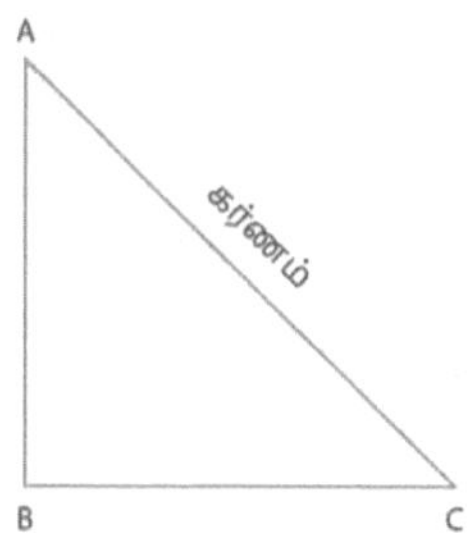

இப்படித்தான் ஒரு ரெடிமேட் பாடத்திட்டத்தில் நாம் படித்துத் தெரிந்து கொள்வது, ஏதாவது ஓர் இடத்தில் பயன்படும் அல்லது பயன்படாமலே போகும் அல்லது நம்மையறியாமலே அதனைப் பயன்படுத்திக் கொண்டிருப்போம். சில வேளைகளில் அந்தப் பாடங்களைப் படிக்காதவர்கள்கூட அடுத்தவர் சொல்லக்கேட்டோ அல்லது அனுபவத்தின் அடிப்படையிலோ அதனைப் பயன்படுத்திக் கொண்டிருப்பார். இந்தத் தியரத்தினை படித்த எல்லோருக்கும் இது பயன்பட்டிருக்குமா என்றால் இல்லை. அது போலத்தான் குழந்தை வளர்ப்பிற்கு ஒரு தயார் நிலைக் கையேடு உள்ளதா என்றால் இல்லை.

ஒவ்வொரு குழந்தைகளும் ஒவ்வொரு மனிதர்கள். ஒவ்வொரு மனிதர்களும் ஒவ்வொரு விதம். ஒவ்வொரு விதத்தினையும் ஒவ்வொரு மாதிரி எதிர்கொள்ள வேண்டும். அப்படியானால் பொதுவான விசயங்களே இல்லையா என்று நீங்கள் கேட்கலாம். நிச்சயம் இருக்கிறது. ஒரு குழந்தையினை நல்ல மனிதனாக, நல்ல சாதனையாளனாய் மாற்ற ஒரு பெற்றோராய் நாம் கவனத்தில் கொள்ளவேண்டியவை என்று கீழே உள்ள பத்து விஷயங்களை வகைப்படுத்தலாம்.

1. பயனுள்ள நேரம்

குழந்தைகளுக்கு என்று நேரம் ஒதுக்குங்கள். அதுவும் குழந்தைகளுக்குப் பயன்படும் வகையில். நீங்கள் இருவரும் அருகருகே அமர்ந்திருக்க, நீங்கள் உங்கள் கைபேசியைப் பார்த்துக்கொண்டிருக்க, குழந்தை தொலைக்காட்சியினைப் பார்த்துக் கொண்டிருப்பது அல்ல. அவர்களோடு விளையாடுங்கள், பேசுங்கள், அவர்கள் சொல்வதனைக் கேளுங்கள். அவர்கள் உங்களோடு பேசுவதை நீங்கள் உற்சாகப்படுத்த வேண்டியது அவசியம். புத்திசாலித்தனமாகவே அவர்கள் பேசவேண்டும் என்று எதிர்பார்க்காதீர்கள். நீங்கள் புத்திசாலி என்று காட்டிக்கொள்ள அவர்களை இடைமறித்து உங்கள் கருத்துகளைச் சொல்லாதீர்கள். அவர்கள் முழுமையாகப் பேசி முடித்தபின் நீங்கள் பேசுங்கள். அவர்கள் தவறான தகவல் தருகிறார்கள் என்பதனை நேரடியாகக் குத்திக்காட்டாமல், அவர்கள் காயப்படாத வகையில் சரியான தகவலைப் பொறுமையாகச் சொல்லுங்கள்.

2. சரியான வழி – நேர்மறை எண்ணம்

எப்போதும் சரியான வழிமுறைகளையே சொல்லிக்கொடுங்கள். குறுக்கு வழியில் செல்லும் எந்தத் தவறான முறைகளையும்

அவர்களுக்குச் சொல்லித்தராதீர்கள். எவ்வளவு கடினமான சூழலை எதிர்கொண்டாலும் நேர்மறை மனதோடும், நம்பிக்கையோடும் அதனை எதிர்கொள்ளக் கற்றுக்கொடுங்கள். எதிர்மறை மனநிலையினையோ அல்லது ஏதேனும் குறுக்கு வழியில் அந்தப் பிரச்சினையினை எதிர்கொள்ளவோ அனுமதிக்காதீர்கள். முடிந்தால் குழந்தைகளுக்குக் கதை சொல்லிப்பழகுங்கள். நல்ல கதைகளைச் சொல்லுங்கள்

3. தவறுகளை அனுமதியுங்கள்

உங்கள் குழந்தைகளின் தவறுகளை அனுமதியுங்கள். அதாவது ஒரு குழந்தை ஒரு செயலைத் தவறுதலாகச் செய்தால், அவர்களைத் தண்டிக்காதீர்கள். அதற்குப் பதிலாக அவர்கள் செய்த தவற்றினால் ஏற்படும் விளைவுகளைச் சொல்லி சரியானது எது எனச் சொல்லுங்கள். ஆனால் அந்தத் தவறு மீண்டும் நிகழக்கூடாது என்ற கண்டிப்பினையும் அவர்களுக்குப் புரியவையுங்கள். ஒரு குழந்தை தன் தவற்றினை ஒளிவு மறைவின்றி உங்களிடம் தைரியமாகச் சொல்லும்வரைதான் உங்கள் குழந்தையின் பிடி உங்களிடம் உள்ளது என்பதனை நினைவில் கொள்ளுங்கள்.

நான் என் குழந்தைகளுடன் நண்பனாக இருக்கிறேன் என்று சொல்வது தற்போது நாகரிகம் ஆகிவிட்டது. இது தவறானது. எல்லோரும் நண்பனாகி விட்டால் அந்தக் குழந்தைக்கு யார் பெற்றோராக இருக்கமுடியும். பெற்றோரின் பணி என்பது அவனுக்கு வழிகாட்டுவது. அந்த வழிகாட்டுதலை எப்படிச் செய்கிறோம் என்பதுதான் முக்கியம். அதை விடுத்து நண்பனாகி விடுவது சரியான முறையல்ல. உதாரணமாக ஒரு குழந்தை ஒரு தவறு செய்யும்போது அவனது நண்பனால் அவனை ஒரு கட்டத்திற்கு மேல் கண்டிக்க இயலாது. பல வேளைகளில் அவர்களும் அந்தத் தவற்றில் இணைந்து கொள்வார்கள். ஆனால் பெற்றோர்களால் முறையாகக் கண்டிக்க இயலும். அந்தத் தவற்றை சரி செய்ய இயலும். நான் நண்பனாக இருக்கிறேன் என்று அவனது தவற்றை கண்டிக்காது விட்டால் என்ன ஆகும் என்று யோசியுங்கள்

ஒரு திரைப்படம் ஒன்று சில வருடங்களுக்கு முன்னால் வந்தது. அதில் தந்தையும், மகனும் நண்பர்கள் போல இருப்பார்கள். மகன் செய்யும் எல்லாச் செயல்களையும் தந்தை ஆதரிப்பார். ஒரு பெண்ணுக்காகச் சண்டை போடுவதில் ஆரம்பித்து இறுதியில் போதைப் பழக்கத்திற்கு அடிமையாகப்

போவதுவரை தந்தை கண்டிக்க மாட்டார். அந்த மகனுடன் நட்புடனே இருப்பார். இறுதியில் நாயகன் தானாகத் திருந்தி வாழ்வில் வெற்றி பெறுவான். திரைப்படத்தில் மட்டும்தான் இப்படி வெற்றி அடைவது சாத்தியம். எனவே என் குழந்தைகளுக்கு நான் நண்பனாய் இருக்கிறேன் என்று உங்களை ஏமாற்றிக்கொள்ளாதீர்கள். நட்புடன் கூடிய பெற்றோராய் இருக்கப் பாருங்கள். அதுதான் அவசியம்.

4. உங்களிடம் இருந்தே கற்றுக்கொள்கிறார்கள்

உங்கள் குழந்தைகளுக்கான முதல் கதாநாயகன் அல்லது கதாநாயகி நீங்கள்தான். நீங்கள் என்ன செய்கிறீர்களோ அதனைத்தான் அவர்கள் பிரதிபலிப்பார்கள். எனவே உங்கள் பேச்சு நடத்தை அனைத்திலும் இருமடங்கு எச்சரிக்கை அவசியம்.

5. கேள்வி கேட்க அனுமதியுங்கள்

ஒவ்வொரு கேள்வியின் மூலமும் உங்கள் குழந்தையின் அறிவு வளர்கிறது என்பதனை நினைவில் கொள்ளுங்கள். ஒருபோதும் கேள்வி கேட்கும் குழந்தைகளைத் தொந்தரவாய்ப் பார்க்காதீர்கள். இன்னும் சொல்லப்போனால் அவர்களைக் கேள்வி கேட்க உற்சாகப்படுத்துங்கள். உங்களுக்குப் பதில் தெரியவில்லை என்றால் அதனை நேர்மையாக ஒத்துக்கொண்டு பின்னர் பதிலையறிந்து குழந்தைக்குச் சொல்லி விடுங்கள்.

6. தோல்வியினையும் சொல்லிக்கொடுங்கள்

வெற்றி மட்டுமே வேண்டும் எனச் சொல்லிப் பழக்காதீர்கள். தோல்வியும் வாழ்வின் ஒரு பகுதி என்பதனைச் சொல்லிக்கொடுங்கள். வெற்றி பெற்ற சக போட்டியாளரை வாழ்த்தும் பழக்கத்தினையும் தோல்வி பெற்ற சக போட்டியாளரை மதிக்கும் பழக்கத்தினையும் கற்றுக்கொடுங்கள். அதே போலக் குழந்தைகள் கேட்கும் எல்லாவற்றையும் வாங்கிக்கொடுக்காதீர்கள். அவ்வப்போது சிறு சிறு ஏமாற்றங்களையும் பரிசளியுங்கள்.

7. மனிதனாக வாழப்பழக்குங்கள்

சக குழந்தைகளிடம் அன்பாய் இருக்கக் கற்றுக்கொடுங்கள். சக குழந்தைகளைப் போட்டியாளர்களாய்ப் பார்க்கும் எண்ணத்தினை மாற்ற முயற்சி செய்யுங்கள். சாதனையாளன் ஆகவேண்டும் என்றால் முதலில் முழுமையான மனிதனாக இருத்தல் அவசியம் என்பதனைக் கற்றுக்கொடுங்கள்.

8. உடல் நலம், ஒழுக்கம்

அடிப்படை உடல் நலம். உணவுப் பழக்கம், தனி மனித ஒழுக்கம், சக உயிர்களிடம் அன்பு, மூத்தவர்களிடம் மரியாதை ஆகியவற்றை அவர்களுக்குப் புரிகிற மொழியில் சொல்லிக் கொடுங்கள்.

9. எச்சரிக்கைகள்

எந்தெந்த விஷயங்களில் எச்சரிக்கை அவசியம் என்பதனையும் தவறான நண்பர்களைத் தவிர்ப்பது எப்படி என்பதனையும் தவறான மனிதர்களை எதிர்கொள்வது எப்படி என்பதனையும் சொல்லிக்கொடுங்கள். ஒருபோதும் பயத்திற்கு அடிபணிந்து விடக்கூடாது என்பதனை அவர்கள் மனதில் விதையுங்கள்

10. புதிய முயற்சிகளை அனுமதியுங்கள்

உங்கள் குழந்தைகள் புதிய முயற்சிகளைச் செய்ய முற்படும்போது அவற்றை அனுமதியுங்கள். ஒருவேளை அந்தக் குழந்தையினால் அதைச் செய்து முடிக்க இயலாது என்று தெரிந்தாலும் அனுமதியுங்கள். உதாரணமாக உங்கள் குழந்தை ஒரு மாதம் நடன வகுப்பிற்குச் செல்கிறான், பிறகு அது பிடிக்கவில்லையென்று ஓவியம் வரையப்போகிறான், அதுவும் பிடிக்கவில்லை என்று கிரிக்கெட் விளையாடப் போகிறான். அவனது முயற்சிகளுக்குத் தடை சொல்லாதீர்கள். வெற்றியடைய இயலும் என்று நீங்கள் நினைக்கிற செயல்களை மட்டுமே குழந்தைகளைச் செய்ய அனுமதிப்பதென்பது, புதிதாய் முளைக்கும் கிளைகளை வெட்டி வெட்டி தொட்டியில் வளர்க்கும் போன்சாய் மரங்களைப் போல அவர்களை மாற்றிவிடும். ஆலமரம் என்றால் அது அடர்ந்து பரந்து பல பறவைகளுக்கு வீடாகவும் மனிதர்களுக்கு நிழல் தரும் குடையாகவும் இருக்கவேண்டும். அதனை விடுத்து அழகுக்காய்த் தொட்டியில் வளர்ப்பதென்பது அந்த விதைக்கு நாம் செய்யும் பாவம். அதுபோலத்தான் குழந்தைகளும்.

சில குழந்தைகள் தனது விருப்பம் என்னவென்று உடனடியாகக் கற்றுக்கொள்ளும். சில குழந்தைகளுக்குக் கொஞ்சம் காலம் பிடிக்கும். நாம் செய்ய வேண்டியது, அவர்களை உற்றுக் கவனித்து அவர்களின் உண்மையான திறன் என்னவென்று கண்டுபிடித்து, அதில் அவர்களை ஈடுபடவைப்பதுதான். இதன்மூலம் விருப்பம் இல்லாதவற்றிலிருந்து விலகி உண்மையான விருப்பத்தில் ஈடுபட ஆரம்பிப்பார்கள்

இந்தப் பத்தும் அடிப்படைகள், இதன் பிறகு ஒவ்வொரு குழந்தைகளின் தனித்திறன் என்ன, அவர்களது தேடல் என்ன என்பதனை அறிந்துகொண்டு அதற்கேற்ப அவர்களை வழிநடத்துதல் அவசியம். ஆங்கிலத்தில் ஒரு வாக்கியம் சொல்வார்கள் ‘அவர்களது காலணியில் நின்று பார்’ (Stand in his shoes) என்று. அதுபோல நம் குழந்தைகளை வெற்றியாளனாக நாம் பார்க்கவேண்டும் என்று நினைத்தால், அவர்களின் இடத்தில் நம்மைப் பொருத்திப் பார்ப்பது மிக அவசியம். அப்போதுதான் அவர்களின் உண்மையான விருப்பம் என்னவென்று நாம் அறிந்துகொண்டு அவர்களைச் சரியாக வழிநடத்த முடியும்

நுண்ணறிவை அளவிடலாமா?

நுண்ணறிவு, நுண்ணறிவு ஈவு, ஒன்பது வகை நுண்ணறிவுகள் என்ன எல்லாம் பார்த்துவிட்டோம். நுண்ணறிவு ஈவு என்பதுதான் நமது நுண்ணறிவினை அளக்கப் பயன்படுகிறது என்று ஆரம்ப அத்தியாயத்தில் பார்த்தோம். ஆனால் அதன் பிறகான அத்தியாயங்களில் வெறும் நுண்ணறிவு மட்டுமே வெற்றிக்கு உதவுவதில்லை, வேறு சிலவும் தேவைப்படுகிறது என்பதனையும் பார்த்தோம். அதனையொட்டி இன்னும் சில அளவைகளைத் தெரிந்துகொள்வோம். நுண்ணறிவு ஈவோடு சேர்த்து நாம் தெரிந்துகொள்ளவேண்டியது மொத்தம் நான்கு,

1. நுண்ணறிவு ஈவு (Intellignece Quotient)
2. உணர்ச்சி ஈவு (Emotional Quotient)
3. ஆன்மிக / சமூக ஈவு (Spiritual Quotient)
4. துன்ப ஈவு (Adversity Quotient)

நுண்ணறிவு ஈவினைப் பற்றிய அறிமுகம் ஏற்கெனவே நமக்கு இருப்பதால், மற்ற மூன்றும் என்னவென சுருக்கமாகப் பார்த்துவிடலாம்.

உணர்ச்சி ஈவு (EQ)

உணர்ச்சி நுண்ணறிவின் அளவுக்குறியீடுதான் EQ அல்லது உணர்ச்சி ஈவு. ஒருவரின் சொந்த உணர்ச்சிகளையும் மற்றவர்களின் உணர்ச்சிகளையும் நிர்வகிக்கும் திறன்தான் இது. சுய விழிப்புணர்வு, பச்சாதாபம், உணர்ச்சிக் கட்டுப்பாடு போன்ற திறன்கள் இதில் அடங்கும். நுண்ணறிவு ஈவு என்னும்

வார்த்தையின் அடிப்படையில் முதன்முதலில் 1987ல் கெய்த் பீஸ்லி (Keith Beasley) என்பவர் 'உணர்ச்சி ஈவு' என்ற இந்த வார்த்தையினைத் தனது கட்டுரை ஒன்றில் பயன்படுத்தினார். உணர்வுசார் நுண்ணறிவு குறித்து நாம் சென்ற அத்தியாயங்களில் விரிவாகவே பார்த்தோம். நம் குழந்தைகளுக்கு உணர்வுசார் நுண்ணறிவினை அதிகப்படுத்தினால், உணர்ச்சி ஈவும் அதிகமாகும் என்பதனைத் தனியே விளக்கவேண்டியதில்லை.

ஆன்மிக / சமூக ஈவு (SQ)

1997ல் கென் ஓ டோனல் (Ken O'Donnell) என்ற ஆஸ்திரேலிய எழுத்தாளர் தனது புத்தகத்தில் 'ஆன்மிக ஈவு' என்ற வார்த்தையினை அறிமுகம் செய்தார். ஒருவரின் ஆன்மிக நுண்ணறிவின் அளவீடுதான் SQ அல்லது ஆன்மிக ஈவு. ஆன்மிக நுண்ணறிவு என்பதனை நாம் ஏற்கெனவே பார்த்த இருத்தலியல் நுண்ணறிவுடன் தொடர்புப்படுத்திப் பார்க்கலாம். ஒருவரின் சொந்த உள் சுயத்தைப் புரிந்துகொள்ளுதல், உலகின் முழுமையினையும் அதில் ஒருவரின் இடத்தினையும் புரிந்து கொள்வது போன்ற திறன்களைக் குறிக்கும் நுண்ணறிவுதான் இது. ஒருவரின் உள்ளுணர்வு, வாழ்வின் அர்த்தத்தினைக் கண்டறிதல் போன்ற திறன்கள் இதில் அடங்கும்.

துன்ப ஈவு (AQ)

மன அழுத்தம் மற்றும் துன்பங்களைக் கையாளும் ஒரு நபரின் திறனை அளவிடுவதுதான் AQ அல்லது துன்ப ஈவு. இது நம்பிக்கையுடன் இருப்பதற்கும் புதிய வாய்ப்புகளைத் தேடுவதற்கும் தேவையான திறன் ஆகும். துன்ப ஈவு நன்றாக உள்ளவர்களால் மனஅழுத்தமின்றி எந்த ஒரு கடினமான சூழலையும் வென்று வெளிவர முடியும். நாம் ஏற்கெனவே சொன்னது போல நுண்ணறிவு என்னும் வார்த்தையினை வைத்துக்கொண்டு இன்னும் ஏகப்பட்ட ஆராய்ச்சியாளர்கள் மல்லுக்கட்டிக்கொண்டுதான் இருக்கிறார்கள். அதன் பலன்தான் நுண்ணறிவு ஈவுடன் சேர்ந்து நாம் பார்த்த இந்த மற்ற ஈவுகளும். இதனை இங்கே உங்களுக்கு அறிமுகம் செய்வதற்குக் காரணம், நம் குழந்தைகளை ஒரு சாதனையாளனாக மாற்ற நாம் நமது அறிவினைத் தொடர்ந்து மேம்படுத்திக்கொண்டே இருத்தல் அவசியம் என்பதனால்தான்.

முதலில் ஒரு குழந்தையின் அறிவு வளர்ந்தால் போதும் என்று நினைத்தோம். அதன் பின்னே அறிவு மட்டும் போதாது உணர்ச்சிகளையும் முறைப்படுத்தவேண்டும் என்று

பார்த்தோம். இப்போது துன்பங்களை எதிர்கொள்ளும் வலிமையும் அவசியம் என்று பார்க்கிறோம். இது அடுத்த கட்டத்திற்குச் செல்லும்போது நாமும் அதனை அடையத் தயாராக இருத்தல் அவசியம். ஏனெனில் சாதனையாளன் ஆவது என்பது சாதாரணச் செயல் கிடையாது.

தலைமுறை இடைவெளி

நம் சிறு வயதில் அல்லது இளமைப் பருவத்தில் பெரியவர்களிடமிருந்து அடிக்கடி 'தலைமுறை இடைவெளி' (Generation Gap) என்ற வார்த்தையினைக் கேட்டிருப்போம். இப்போது நாம் இதனைச் சொல்லாவிட்டாலும் மனதளவில் உணர்ந்திருப்போம்.

நான் எல்லாம் கல்லூரி படிக்கையில் கண்ணாடிக் கூண்டுக்குள்தான் கம்ப்யூட்டரைப் பார்த்தேன் என்று தலைமுறையும் பள்ளி படிக்கும்போதே கம்ப்யூட்டர் கிளாஸ் போனேன் என்று பெருமை சொல்லும் தலைமுறையும் இரண்டு வயதில் செல்போனை நோண்டிக் கொண்டிருக்கும் தலைமுறையிடம் இருந்து தள்ளி இருப்பதனை உணராமல் இருக்க முடியுமா என்ன? மாற்றம் ஒன்றேதான் மாறாதது.

இப்போது இருக்கும் குழந்தைகளிடம் பொறுப்பு இல்லை, எதிர்காலம் குறித்த பயம் இல்லை என்று குழந்தைகளைக் குறை கூறும்முன் நாம் அறிந்து கொள்ளவேண்டியது, நம்மையும் நம் முன் தலைமுறை அப்படித்தான் சொல்லியிருக்கும். எனவே மாறியிருப்பது காலம்தானே தவிரக் குழந்தைகள் அல்ல. யோசித்துப் பாருங்கள் தொலைக்காட்சி வந்த காலத்தில் குழந்தைகள் தொலைக்காட்சி பார்த்துக்கொண்டே இருப்பது பெற்றவர்களுக்குப் பிடிக்காது. வீடுகளில் சைக்கிள் எளிதாகக் கிடைக்க ஆரம்பித்தக் காலத்தில் குழந்தைகள் சைக்கிளில் சுற்றிக்கொண்டேயிருப்பது பெற்றவர்களுக்குப் பிடிக்காது. வீட்டுக்குள்

தொலைபேசி வந்த காலத்தில் தப்பித்தவறி நண்பர்களுடன் பேசிக்கொண்டிருந்தால் முதுகில் இரண்டு அடி விழும். இப்போது செல்போனும் கையுமாகத் திரியும் குழந்தைகளைக் கண்டால் பெற்றவர்கள் கடுப்பாகிறார்கள். எனவே நாம் இதில் புரிந்து கொள்ளவேண்டியது நாம் காட்டவேண்டிய அக்கறையினை மட்டும்தான்.

மூளையின் செயல்பாடுகள் பற்றி நாம் ஓரளவு தெரிந்துகொண்டுள்ளோம். கொஞ்சம் யோசித்துப் பாருங்கள். இந்தத் தலைமுறை இடைவெளி நிகழ்வதற்கு நம் மூளைதான் காரணம். உதாரணமாக இந்தப் புத்தகத்தினை ஆழ்ந்து வாசித்திருந்தால் உங்களுக்கு ஒன்று புரிந்திருக்கும். இதில் நான் மேற்கோளாய் காட்டிய சம்பவங்கள் மற்றும் சாதித்தவர்கள் பெரும்பாலும் எண்பது, தொண்ணூறுகளில் இருந்து இரண்டாயிரம் காலகட்டத்தில் பிரபலமானவர்களாய் இருந்திருப்பார்கள். கவுண்டமணி, செந்தில், மைக் டைசன், சச்சின், சிவாஜி, கமல் இப்படி. இதனைக் கவனத்தோடுதான் செய்தேன். காரணம், சிறு வயதில் நாம் அடைந்த சில அனுபவங்கள் நம் ஆழ்மனதின் அடுக்குகளில் எப்போதும் இருக்கும். அதனைத் திருப்பி நோக்கும் வேளையில் மனது மகிழ்ச்சி அடைகிறது. ஒரே ஒரு தேன்மிட்டாய் நம் கையில் கிடைத்தால் அது நம் நினைவுகளை எங்கெல்லாம் கூட்டிப்போகும் என்பது உங்களுக்குத் தெரியும்.

இந்த நினைவுகள்தான் நம்மை நம் தலைமுறை தாண்டி வரத் தடை செய்கிறது. தலைமுடி அதிகமாய் இருந்தால் அடி விழும் என்று சிறுவயதில் பதித்துக்கொண்ட மூளை, புதரினைப் போல் முடி வளர்த்து வரும் சிறுவர்களை ஏற்றுக்கொள்ளத் தயக்கம் காட்டும். இது ஒரு சிறிய உதாரணம். எனவே தலைமுறை இடைவெளியினைக் கடக்க, முதலில் நம் மூளை மனது வைக்கவேண்டும். மேலும் ஏற்கெனவே கூறியது போல இந்தத் தலைமுறையின் மிகப்பெரிய சவால் தகவல் குவியல்கள்தான். கட்டற்ற இணையச் சுதந்திரம் அவர்களின் முன்னே நல்லவைகளைக் காட்டிலும் கெட்டவைகளை அதிகமாகவே கடை விரித்து வைத்திருக்கிறது. அவற்றைக் கடந்து வருவதென்பது அவர்களுக்கான மிகப்பெரும் சவால். செல்போனைப் பார்க்காதே என்ற ஒற்றை வார்த்தை ஒவ்வொரு பருவத்திலும் குழந்தைகளால் வெவ்வேறு அலைவரிசைகளில் உணர்ந்துகொள்ளப்படுகிறது. ஒவ்வொரு வயதிலும் குழந்தைகளின் உடலோடு சேர்ந்து மனமும் வளர்கிறது. ஒவ்வொரு பருவத்திலும் மாறுபடும் அவர்களின் மனநிலைக்கேற்ப நாமும் செயல்படுவது அவசியம்.

குழந்தை வளர்ப்பு என்னும் கலை

குழந்தைகளைப் பயிற்றுவிப்பது என்பது ஒரு கலை. ஒவ்வொரு பருவத்திலும் குழந்தைகளின் குணநலன்கள் மாறிக்கொண்டேயிருக்கும். அந்தந்தப் பருவத்திற்கு ஏற்றார்போல் அவர்களின் உடல்நலத்துடன் மனநலமும் வளர்வது மிக அவசியம். தொண்ணூறுகளுக்கு முன்னாலான காலங்களில் பெரும்பாலும் கூட்டுக்குடும்பங்கள் வழக்கத்தில் இருந்ததால், குழந்தை வளர்ப்பில் பெரியவர்களின் துணை இருந்தது. இன்றைய காலகட்டங்களில் அது மிகவும் குறைவு என்பதனால் குழந்தை வளர்ப்பில் தடுமாற்றங்கள் இருக்கின்றன. எனவே குழந்தைகளின் வளர்ச்சி குறித்த சில தகவல்களை நாம் தெரிந்து கொள்ளுதல் அவசியம். உளவியலாளர்கள் ஒரு முழுமையான குழந்தை வளர்ச்சி என்பது ஐந்து விதமான வளர்ச்சிகளை உள்ளடக்கியது என்கிறார்கள். அவை

1. உடல் வளர்ச்சி (Physical Development)
2. அறிவு வளர்ச்சி (Mental Development)
3. மனவெழுச்சி அல்லது உணர்ச்சி வளர்ச்சி (Emotional Development)
4. சமூக வளர்ச்சி (Social Development)
5. ஒழுக்க வளர்ச்சி (Moral Development)

அதுபோலவே குழந்தைகளின் வயது நிலைக்கேற்ப, அவர்களின் வளர்ச்சி நிலையினை மூன்று பருவங்களாகப் பிரிக்கிறார்கள்.

1. குழவிப்பருவம் (Infancy Stage)

2. பிள்ளைப்பருவம் (Childhood Stage)

3. குமரப்பருவம் (Adolescence Stage)

இந்த மூன்று பருவங்களும், ஐந்து விதமான வளர்ச்சி நிலைகளும் சரியாக இருப்பதே முழுமையான வளர்ச்சி. ஒவ்வொரு பருவத்திலும் ஒவ்வொரு வளர்ச்சியும் எப்படி இருக்கவேண்டும் என்பதனை பல ஆய்வுகளின் அடிப்படையில் வகைப்படுத்தி வைத்துள்ளனர். உளவியல் அடிப்படையில் அதனை எல்லாம் விளங்கிக்கொள்வதற்கு நிறையப் பொறுமையும் கால அவகாசமும் தேவை என்பதனால் சுருக்கமாக நமக்கு என்ன தேவையோ அதனை மட்டும் பார்த்து விடுவோம்.

குழவிப்பருவம்

பிறப்பு முதல் 5 வயதுவரை உள்ள பருவத்தினைக் குழவிப் பருவம் என்று வகைப் பிரிக்கிறார்கள். நாம் ஏற்கெனவே பார்த்தது போல இந்தப் பருவத்தில் குழந்தைகளின் மூளை வளர்ச்சி வேகமாக இருக்கும். உணர்ச்சி மூளையோடு பிறக்கும் குழந்தையின் தர்க்க மூளை, இந்தப் பருவத்தில் வேகமாக வளரும்.

உடல்வளர்ச்சி

- பிறந்தவுடன் 3.5 கிலோ இருக்கவேண்டும். உயரம் 20 செ.மீ இருக்கவேண்டும்.
- பால்பற்கள் 2 வயதில் தோன்றும். தலை உடலின் 1/4 பகுதியாக இருக்கவேண்டும்.
- ஐந்து வயதில் பிறந்தபோது இருந்த எடையைவிட 5 மடங்கு ஆகும்.
- குழந்தையின் தலை மற்ற பகுதிகளைவிடப் பெரியதாக இருக்கும். பின்னர் சிறிது சிறிதாகக் குழந்தையின் எடை அதிகரிக்கும்.
- ஆண் குழந்தைகளைவிடப் பெண் குழந்தைகள் சற்று உயரமாகவும் கனமாகவும் இருக்கும்.
- நரம்புகளின் வளர்ச்சி கருப்பருவத்திலும் முதல் நான்கு வருடத்திலும் வேகமாக இருக்கும்.

- எலும்புகள் மென்மையாகவும், நிறைய நீர் மற்றும் தாதுப்பொருட்கள் உடையதாகவும் இருக்கும். தசை வளர்ச்சி குறைவாக இருக்கும்.
- தசை வளர்ச்சி 3 வயதில் ஆரம்பிக்கிறது. வயிறு சிறிய குழல் வடிவம் உடையதாக இருக்கும்.
- இதயமும் நுரையீரலும் விரைவில் வளர்கின்றன.
- பிறந்தபொழுது ஆண் குழந்தைகளுக்கு நாடித்துடிப்பு 130 ஆகவும் பெண் குழந்தைக்கு 144 ஆகவும் இருக்கும். 3 வயதில் ஆண் குழந்தைக்கு இது 95 ஆகவும் பெண் குழந்தைக்கு 90 ஆகவும் இருக்கும்.

அறிவு வளர்ச்சி

- 2 வயது முதல் 6 வயதுவரை உள்ள குழந்தைகள், கேள்வி கேட்கும்.
- இப்பருவத்தில் உணர்ச்சி, அறியும் சக்தி, எண்ணமிடுதல் ஆகியன வளர்கிறது.
- பிறந்த குழந்தையிடம் புலனுணர்ச்சி இருக்காது. இரு வாரத்திற்குப்பின் வெளிச்சத்தை உணரும்.
- குழந்தை தன் தாயை 3 அல்லது 4 மாதங்களுக்குப் பின்னரே அடையாளம் கண்டு சிரிக்கிறது.
- குழந்தைகள் ஏதாவது ஒன்றை உருவாக்கும் (வீடுகள் / வரைபடங்கள்) தன்மையினைப் பெற்றிருக்கின்றனர்.

மனவெழுச்சி வளர்ச்சி

- குழந்தை பிறந்து ஒரு பக்குவமான நிலைக்கு வந்த பின்னரே மனவெழுச்சி துவங்குகிறது.
- ஸ்பிட்ஸ் என்பவரின் கூற்றுப்படி, குழந்தைகள் பிறந்த மூன்று மாதம் ஆனபின் மகிழ்வூட்டும் செயல்களைக் கண்டு மகிழ்ச்சியடைகிறது. ஆறு மாதம் ஆனபின் பயம், பொறாமை, வெறுப்பு, கோபம் போன்ற பழக்க வழக்கம் வருகிறது. ஒரு வருடம் ஆனபின் இரக்கம், அன்பு, ஒத்துப்போகும் தன்மை, சமூகத் தொடர்புகள் ஏற்படுகிறது.
- அன்பையும் பாசத்தையும் மிகுதியாக எதிர்பார்ப்பார்கள். அன்பு மிகுதியாகக் கிடைக்கும்போது நட்புணர்வு

ஏற்படுகிறது. அன்பு அளிக்கப்படாவிட்டால் வளர்ச்சியும் நடத்தையும் பாதிக்கப்படுகிறது.

சமூக வளர்ச்சி

- குழந்தை பிறரைச் சார்ந்து இருக்கும்.
- பிடிவாதம் இருக்கும்.
- தன்னலம் மற்றும் சமூகமின்மை இருக்கும்.
- 12 மாதத்திலிருந்து 18 மாதம்வரை குழந்தைகள் தன்னுடைய பொருட்களைப் பிறருக்குத் தராமல் மறைத்துவைக்கின்றனர்.
- இரண்டாம் வருடத்தில் தனது பொருட்களை மற்றவருக்குக் கொடுத்து விளையாடுகிறார்கள்.
- 6வது வயதுவரை குழந்தைகள் தோழன் தோழியைத் தேடுகின்றன.

ஒழுக்க வளர்ச்சி

- சுயநலத்துடன் இருப்பர். அவர்களின் சுபாவத்தின்படி நடவடிக்கை இருக்கும். எதையும் எளிதில் புரிந்து கொள்ளமாட்டார்கள்.
- ஒழுக்க வளர்ச்சி மிகவும் குறைந்த நிலையிலேயே இருக்கும்.

பிள்ளைப்பருவம் (6 முதல் 12 வயதுவரை)

ஆறு முதல் 12 வயதுவரை உள்ள பருவத்தினைப் பிள்ளைப் பருவம் என்று வகைப்படுத்துகின்றனர்

உடல்வளர்ச்சி

- எலும்பு, தசைநார்கள், நரம்புகள், சுரப்பிகள் ஆகியன வேகமாக வளர்கிறது. நிலையான பற்கள் தோன்றுகின்றன.
- ஆண் குழந்தைகள் பெண் குழந்தைகளை வெறுக்கிறது.
- குழந்தைகள் பிற சிறுவர்களுடன் கூட்டாளிக் குழுக்கள் வைத்துக் குழுவாகச் செயல்படவிரும்புகின்றனர்.

அறிவு வளர்ச்சி

- புரிந்து கொள்ளும்தன்மை, யோசித்தல், கற்பனைத்திறன், கூட்டுணர்வு, பொதுவான கருத்துகள், கவனம், தீர்மானம் ஆகியவை அதிகரிக்கிறது.

- தானாகச் சிந்திப்பதிலும் புதியவற்றைத் தெரிந்து கொள்வதிலும் ஆர்வமாக இருப்பர்.
- அறிவியலில் விருப்பம் காட்டுவர். புதிய இடங்களைத் தெரிந்துகொள்வதில் ஆர்வமாக இருப்பர்.

மனவெழுச்சி வளர்ச்சி

- உள் உணர்வுகள் நிரம்பி இருக்கும். தன் உணர்வுகளை மறைத்துக்கொள்ளும்.
- இப்பருவத்தில்தான் உணர்ச்சிவசப்படுதல் மற்றும் தாழ்வு மனப்பான்மை தோன்றும்.
- தேசப்பற்று, மதம், அறிவியல் நோக்கு போன்ற எண்ணங் களை வளர்ப்பதன் மூலம் தாழ்வு மனப்பான்மையை கட்டுப்படுத்தலாம்.

சமூக வளர்ச்சி

- குழந்தைகள் பெற்றோரிடமிருந்து விடுபட்டுத் தனித்திருக்க ஆசைப்படுவார்கள். கூட்டாளிகளுடன் இருக்க ஆசைப்படுவார்கள்.
- உலகத்தில் உள்ள அனைத்தையும் ஆராய்ச்சி செய்ய விரும்புவர்.
- திரைப்படம், தொலைக்காட்சியில் விருப்பம் இருக்கும்.
- தனித்திறனைப் பலதுறைகளின் மூலம் வளர்த்துக்கொள்ள விரும்புவர்.

ஒழுக்க வளர்ச்சி

- எது நல்லது? எது கெட்டது? என அறிந்துகொள்கிறது.

குமரப் பருவம்

13 முதல் 19 அல்லது 20 வயதுவரை உள்ள பருவம் குமரப்பருவம் என்று கூறப்படுகிறது. மற்ற இரண்டு பருவங்களைக் காட்டிலும் பெற்றவர்கள் சற்றே அதிகம் கவனத்தில் கொள்ளவேண்டிய பருவம் இது. இந்தப் பருவத்தில் தர்க்க மூளையினைக் காட்டிலும் உணர்ச்சி மூளையின் ஆதிக்கம் அதிகமாக இருக்கும்.

உடல் வளர்ச்சி

- அக மற்றும் புற உறுப்புகள் முழு வளர்ச்சி அடைகிறது.

- சுரப்பிகள், தசைகள், நரம்பு மண்டலம், ஜீரண மண்டலம் அதிக அளவில் செயல்படும்.
- இதயம், இரத்த ஓட்டம், நோய்த் தடுப்புச் சக்தி அதிக அளவில் இயங்கும்.
- இப்பருவத்தில் ஏற்படும் முக்கிய வளர்ச்சி முதிர்ச்சி என்பதாகும்.
- ஆண்களுக்கு முதிர்ச்சி பல்வேறு காரணங்களால் மாறுபடும். பெண்களுக்குப் பொருளாதாரச் சூழ்நிலை, வாழ்க்கைத் தரம், திருமணம் நிகழும் காலம் போன்றவை முதிர்ச்சியின் காரணமாக அமைகிறது.
- பெண்களுக்குத் தசை முதலில் வளர்வதால் வட்டமான தோற்றம் பெருகின்றனர். அந்தரங்க முடிகள், உருவம், இடுப்பு, மார்பகங்கள் வளர்ச்சியடைகின்றன. குரல் மென்மையாக அமைகிறது. பருவமடைதல் அல்லது பூப்பெய்தல் நடைபெறுகிறது.
- ஆண்களுக்குக் குரலில் கரகரப்பு ஏற்படுகிறது. மீசை, தாடி, அந்தரங்க முடிகள் வளர்கிறது. பாலின உறுப்பு வளர்தலும் விந்து உருவாதலும் நடைபெறுகிறது.
- ஆண்களும் பெண்களும் தத்தம் உடல் மாற்றங்களைப் பார்த்துப் பயமும் கவலையும் அடைகின்றனர்.

அறிவு வளர்ச்சி

- நுண்ணறிவு அதிக அளவில் வளர்கிறது. உற்று நோக்கல், கற்பனை, ஆய்வுத் திறன் மிகுந்து இருக்கும்.
- எதையும் திறனாய்வு செய்து ஏற்றுக்கொள்வர்.

மனவெழுச்சி வளர்ச்சி

- எப்போதும் மகிழ்ச்சியாக இருப்பர்.
- உணர்ச்சி மற்றும் மனவெழுச்சிகளைக் கட்டுப்படுத்த முடியாது. உணர்ச்சிகள் நிலையற்றவையாக இருக்கும்.

சமூக வளர்ச்சி

- குழுவினரின் கட்டுப்பாட்டில் நடந்துகொள்கின்றனர்.
- எதிர்பாலினரிடம் அதிகம் காதல் கொள்கின்றனர்.

ஒழுக்க வளர்ச்சி

- முன்மாதிரியான சமூகத்தை ஏற்படுத்த நினைப்பர்.
- சமூகத்தொண்டு, மனிதநேயம், உதவும் ஆற்றல் போன்றவற்றில் விருப்பம் கொள்வர்.
- குமரப்பருவத்தின் சிறப்பியல்புகள்
- குமரப்பருவம் என்பது வளர்ச்சி காணும் பருவம் ஆகும். ராஸ் என்பவரின் கருத்துப்படி குமரப்பருவம் வாழ்க்கையின் ஆரம்ப நிலையின் தொகுப்பு ஆகும்.
- குமரப்பருவம் என்பது குழந்தைப் பருவத்திலிருந்து முதிர்ச்சி நிலைக்கு மாறும் காலம் எனப்படுகிறது. குமரப்பருவம் என்பது முரண்பாடுகள் நிறைந்த பருவம் என குர்ட்லெவின் கூறுகிறார்.
- வில்லியம்பர்டன் ‘தெளிவற்ற நிலையில் உள்ள ஒரு பருவம்’ என்கிறார்.

குமரப்பருவத்தினரின் முக்கியப் பிரச்சினைகள்

- மனவெழுச்சி கலந்த பதற்றம் (EMOTIONAL TENSION) ‘குமரப்பருவம் புயல் போன்ற வேகமும் பதற்றமும் துடிப்பும் கோபமும் நிறைந்தது. வழிகாட்டலும் அறிவுரை பகர்தலும் வழங்கப்படவேண்டிய பருவமாகும்’ என ஸ்டான்லிஹால் கூறியுள்ளார்.
- கட்டுப்பாடுகளை விரும்பமாட்டார்கள்.
- தங்களது தோற்றம் (PERSONAL APPEARANCE)
- தனித்துவம் (EMANCIPATION)
- தன் அடையாளம் காண முற்படுதல் (SEARCH FOR IDENTITY)
- தலைமுறை இடைவெளி (GENERATION GAP)
- பொருளாதாரச் சுதந்திரம் (ECONOMIC INDEPENDENCE)
- கல்வி கற்பதில் பிரச்சினை (EDUCATIONAL PROBLEM)
- சூழ்நிலைக்கேற்ப ஒத்துப்போகுதல் (ADJUSTMENT PROBLEMS) போன்றவை காணப்படும்.

குமரப் பருவத்தினரின் பிரச்சினைகளைக் களையும் வழிகள்

- உடல் வளர்க்கும் பயிற்சி – உடற்கல்வி, விளையாட்டு, நடனம் போன்றவை. டாக்டர் ஸ்டான்லி ஹால் இப்பருவத்தினருக்கு நடனம், நல்ல உடல் வளர்ச்சிக்கு ஏற்ற பயிற்சி எனக் கூறியுள்ளார்.
- முறையான அறிவு வளர்ச்சி கொடுத்தல்.
- முறையான மனவெழுச்சி வளர்ச்சி கொடுத்தல்.
- சமூக உறவுகள் பற்றிய அறிவினை வளர்த்தல்.
- வாழ்க்கையின் தத்துவத்தை வளர்த்தல்.
- நல்லொழுக்கக் கல்வி.
- பாலியல் கல்வி.
- தொழிற் கல்வி.
- முறையான வழிகாட்டுதல்.
- புதிய பொறுப்புகளைக் கொடுத்தல்.

மூன்று வகைப்பருவங்களில் ஐந்து வகை வளர்ச்சிகள் குறித்துப் பார்த்துவிட்டோம். ஏற்கெனவே சொன்னது போலக் குழந்தை வளர்ப்பு என்பது இப்படித்தான் இருக்கும் என்று எந்தத் தயார்நிலை சூத்திரத்தினையும் சொல்லிவிட இயலாது. ஆனால் மேலே சொன்னவை எல்லாம் பொதுவானவை. இதன் அடி ஒற்றித்தான் குழந்தைகளின் வளர்ச்சி இருக்கும் என்பதனால், இதனைப் புரிந்துகொண்டு நாம் தயாராவது அவசியம். அந்தந்தப் பருவத்திற்கேற்ற வளர்ச்சி குழந்தைகளுக்கு உள்ளதா என்பதை அறிந்துகொள்வதும், அந்தந்தப் பருவத்தின் உணர்ச்சிகளுக்கு ஏற்ப அவர்களை வழிநடத்துதலும் பெற்றோரின் கடமை.

கையா கிரகத்திலிருந்து பைசிஸ்

இது குழந்தைகளுக்கான ஒரு கதை. இந்தக் கதையினை உங்கள் குழந்தைகளை வாசிக்க வையுங்கள் அல்லது அவர்களுக்கு வாசித்துக் காட்டுங்கள். கதையினை முடித்தபின் அவர்களுக்கு இந்தக் கதையின் அடிப்படையில் என்னவெல்லாம் தோன்றுகிறது என ஒரு வாரத்திற்குத் தொடர்ச்சியாக (தினமும் ஒன்றிரண்டு வரி) எழுதி வரச் சொல்லுங்கள். பின்னர் அந்தக் குறிப்பினைப் படித்துப் பாருங்கள். இதனை ஒரு தேர்வினைப் போல் செய்யாமல் ஒரு விளையாட்டு போலச் செய்யுங்கள்.

அதற்கு முன்னதாக இந்தக் கதையினை நீங்களும் ஒருமுறை வாசியுங்கள். கதையின் எந்தெந்த பகுதிகள் என்னென்ன நுண்ணறிவினைச் சார்ந்தது என நீங்களே வகைப்படுத்திப்பாருங்கள். பின்னர் குழந்தைகள் எழுதி வைத்திருக்கும் குறிப்பினை வாசியுங்கள். குழந்தைகள் எழுதி வைத்திருக்கும் எதுவும் சரியும் கிடையாது, தவறும் கிடையாது. ஒன்றுமே எழுதாவிட்டாலும் அது தவறு கிடையாது. அந்தக் குறிப்புகளின் மூலம் குழந்தைகளைப் புரிந்துகொள்ள முயலுங்கள். ஒன்றுமே எழுதாவிட்டால் என்ன செய்வது. அதுவும் ஏனென்று புரிந்துகொள்ள முயலுங்கள்.

கதையின் பெயர் 'கையா கிரகத்தில் இருந்து பைசிஸ்'

அன்பு, சலீம், மெர்சி மூவரும் இணைபிரியா நண்பர்கள். மூவரும் அந்த நகரில் உள்ள ஒரு பள்ளியில் ஏழாவது படிக்கும் மாணவர்கள்.

விடுமுறை நாள் என்றால் அன்புவின் வீட்டில்தான் மூவரும் இருப்பார்கள். அன்புவின் வீட்டிற்குப் பின்னால் ஒரு பெரிய தோட்டமும் தோட்டத்தின் நடுவில் ஓடு வேயப்பட்ட ஒரு சிறிய அறையும் இருந்தது. காலையில் இருந்து மாலைவரை அங்கு விளையாடிக் கொண்டேயிருப்பார்கள். நேரம் போவதே தெரியாது.

அன்றைக்குச் சனிக்கிழமை. வழக்கம்போல சலீமும் மெர்சியும் அன்புவின் வீட்டிற்கு வந்தபோது அன்பு தோட்டத்து வீட்டில் இருப்பதாக அம்மா சொல்லவே அங்கே சென்றார்கள். வழக்கத்துக்கு மாறாக அன்பு பரபரப்பாக இருந்தான். அவர்கள் இருவரும் வந்தவுடன் அவசரமாய் அறைக்குள் அழைத்துச் சென்றான். அங்கு அவர்கள் கண்ட காட்சியினை இருவராலும் நம்பவே முடியவில்லை. ஆம். அங்கே இருந்தது ஓர் ஏலியன். மனிதனின் தலையைப்போல் அதன் தலை உருண்டையாக இருந்தாலும் முடியெல்லாம் இல்லை. நெற்றிக்குப் பதிலாக அங்குக் கண் போன்ற ஒரு பெரிய அமைப்பு இருந்தது. அதற்குக் கீழே வாயினைப்போல் ஒரு பெரிய ஓட்டை இருந்தது. அதற்கும் கீழே இரண்டு சிறிய ஓட்டைகள் இருந்தன. இரண்டு பக்கமும் கைகளைப் போல இரண்டிரண்டாய் நான்கு உறுப்புகள் இருந்தன. கீழே கால்களைப்போல் இரண்டு இருந்தது. பின்பக்கம் வால் போல ஒரு சிறிய உறுப்பு இருந்தது. முற்றிலும் வெள்ளை நிறத்தில் மைதா மாவில் செய்யப்பட்ட பொம்மைபோல இருந்தது அது.

“என்னடா இது.” சலீம் ஆர்வமும் பயமுமாய் கேட்டான்.

அதனைக் கேட்டவுடன், “இது என்று சொல்லவேண்டாம் நண்பர்களே. எனக்கும் உயிர் உண்டு. என் பெயர் பைசிஸ்” என்று அது கீச்சுக்குரலில் கூறியது. மெர்சி பயந்து போய் சலீமின் கைகளைப் பிடித்துக் கொண்டாள்.

“இன்றைக்குக் காலையில் நம் தோட்டத்தில் கிடந்தது சலீம். நான்தான் யாரிடமும் சொல்லாமல் இங்கே கொண்டு வந்து வைத்திருக்கிறேன்” என்றான் அன்பு.

“வேண்டாம் அன்பு. எனக்குப் பயமாக உள்ளது. வா போய் அம்மாவிடம் சொல்லலாம்” என்றாள் மெர்சி.

“பயப்பட வேண்டாம் நண்பர்களே. நான் உங்களை ஒன்றும் செய்யமாட்டேன்” என மீண்டும் கீச்சுக்குரலில் கூறியது பைசிஸ்.

“உன்னை எப்படி நம்புவது. உன்னைப் பார்த்தால் சூனியப் பொம்மை மாதிரி பயமாக இருக்கிறது. எங்கள் மொழியில் வேறு பேசுகிறாய்” என்றான் அன்பு. அதைக் கேட்ட பைசிஸ் நான்கு கைகளையும் தூக்கிக்கொண்டு குதித்தது. அன்பு, சலீம், மெர்சி மூவரும் பயந்து போனார்கள்.

“பயப்படாதீர்கள் நண்பர்களே. சூனியப் பொம்மை என நீ கிண்டல் செய்ததால் நான் மகிழ்ந்தேன். உங்கள் வழக்கில் சொன்னால் சிரித்தேன்.” என்றது பைசிஸ்.

அதைக் கேட்டவுடன் “எதுவாகயிருந்தாலும் சொல்லிட்டு செய்யப்பா” என சலீம் சொல்ல அன்புவிற்கும் மெர்சிக்கும் சிரிப்பு வந்தது.

“நண்பர்களே உங்கள் மொழி மட்டுமல்ல, உங்கள் உலகில் பேசப்படும் அத்தனை மொழிகளையும் என்னால் பேச முடியும்” என்றது பைசிஸ்.

“நீ எங்கேயிருந்து வருகிறாய். இங்கு எதற்காக வந்திருக்கிறாய்” என்று மெர்சி கேட்டாள்.

“நான் கையா என்ற கோளினைச் சேர்ந்தவன். நாங்கள் உங்கள் பூமிக்கு வந்து நெடுங்காலமாய் ஆகிவிட்டது. உங்கள் கணக்கில் சொல்வது என்றால் பத்து வருடங்கள்” என்றது பைசிஸ்.

“நாங்கள்னா எத்தனை பேர்? பத்து வருடங்களாக எங்கேயிருந்தீர்கள். நீ இங்கே எப்படி வந்தாய்?” என்றான் அன்பு.

“நாங்கள் மரங்களின் மேலே தங்கிக்கொள்வோம். உங்கள் கண்களுக்குத் தெரியாமல் எங்களால் நடமாட முடியும். நேற்றோடு நாங்கள் பூமிக்கு வந்த வேலை முடிந்து எங்கள் கோளிற்குக் கிளம்பும்போது, எனது புவி ஈர்ப்பிற்கு எதிரான விசையினை நான் சரியாய் இயக்காததால் எங்கள் விண்வெளிக் கப்பலிலிருந்து நான் கீழே விழுந்து விட்டேன்” என்றது பைசிஸ்

“அப்படியானால் நீ எங்கள் பூமியினை உளவு பார்த்து எங்களை அழிக்க வந்த ஏலியனா?” என்றான் சலீம்.

“நாங்கள் ஏன் உங்கள் பூமியினை அழிக்கவேண்டும். அதனைத்தான் நீங்களே செய்து கொண்டிருக்கிறீர்களே” என்றது பைசிஸ்.

அதனைக் கேட்டு அதிர்ச்சியான மூவரும் “நீ என்ன சொல்கிறாய்” எனக் கேட்டார்கள்

“நண்பர்களே நான் சொல்வதனை கொஞ்சம் பொறுமையாகக் கேளுங்கள். நான் கையா என்ற கோளினைச் சேர்ந்த ஏலியன். கையா என்பது சாவோசு என்ற குடும்பத்தினைச் சேர்ந்தது.”

“நிறுத்து நிறுத்து அது என்ன சாவோசு குடும்பம். எனக்கு எங்க குடும்பமே சரியாத் தெரியாது. புரியற மாதிரி சொல்லு” என்றான் சலீம்.

“சரி நான் தெளிவாகச் சொல்கிறேன். நீங்கள் இருக்கும் பூமி என்பது இந்தப் பிரபஞ்சத்தில் ஒரு புள்ளி அளவு மட்டுமே. உங்கள் பூமியானது சூரியக் குடும்பம் என்ற கூட்டத்தில் உள்ளது. உங்கள் சூரியக் குடும்பத்தில் 8 கோள்களும் அதன் துணைக்கோள்களும் உள்ளன சரிதானே” என்றது பைசிஸ்

‘ஆமாம்’ என்று மூன்று பேரும் தலையாட்டினார்கள்.

“அதே போல உங்கள் சூரியக் குடும்பத்திற்கு வெகு அருகில் உள்ள, அதாவது 4.5 பில்லியன் கி.மீ தூரத்தில் உள்ள குடும்பம்தான் சாவோசு குடும்பம். 4.5பில்லியன் கிமீ என்பது சூரியனுக்கும் உங்கள் சூரியக் குடும்பத்தில் உள்ள கடைசிக்கோளான நெப்ட்யூனுக்கும் உள்ள தூரத்திற்குச் சமம். சூரியக் குடும்பத்தில் சூரியனைச் சுற்றி 8 கோள்கள் சுழல்வது போல, சாவோசு குடும்பத்தில் 13 கோள்கள் சாவோசுவினைச் சுழல்கிறது. அதில் ஒன்றுதான் எங்கள் கையா கோள். அதில் மட்டும்தான் உயிரினங்கள் இருக்கின்றன.”

“அப்படியா” என ஆச்சரியமாகக் கேட்டார்கள் மூவரும்.

பைசிஸ் மேலும் தொடர்ந்தது.

“நமது சூரியக் குடும்பம் மற்றும் சாவோசு குடும்பம் போலவே, சிஜ்ஜூ என்னும் குடும்பத்தில் ஜிரான் என்றொரு கோள் இருந்தது. அதிலும் உயிர்கள் இருந்தன. பூமி, கையா, ஜிரான் இந்த மூன்றிலும் ஒரே நேரத்தில் உயிர்கள் தோன்றின. மூன்று கோள்களிலும் உள்ள உயிரினங்களுக்கு நிறைய வேற்றுமைகள் இருந்தாலும் நம் மூவருக்கும் உள்ள ஒரே தொடர்பு நாம் மூவரும் ஆக்சிஜனை சுவாசித்துத்தான் வாழமுடியும் என்பதாகும். உங்கள் ஆக்சிஜன் உற்பத்திக்காக மரம் செடி கொடிகளை இயற்கை உருவாக்கியிருப்பது போலவே, கையாவிலும் ஜிரானிலும் இதனைப் போன்ற வேறு

அமைப்பினை இயற்கை உருவாக்கித் தந்துள்ளது. நாங்கள் எங்கள் கையாவினில் அதனை அழியாமல் பாதுகாக்கிறோம். ஆனால் ஜிரானில் வளர்ச்சி என்ற பெயரில் இயற்கையைக் கொஞ்சம் கொஞ்சமாய் அழிக்க ஆரம்பித்து விட்டார்கள். பல ஆயிரம் ஆண்டுகளுக்கு முன்னாலேயே நாங்கள் ஜிரான் கோளினைப் பற்றி அறிந்துகொண்டு அவர்களைத் தொடர்பு கொண்டிருந்தோம். ஆனால் எங்கள் பேச்சினைக் கேட்காமல் அவர்கள் இயற்கையினை அழிக்க ஆரம்பித்ததன் விளைவு இரண்டாயிரம் ஆண்டுகளுக்கு முன்னால் அங்கு உயிரினங்களே வாழ முடியாத நிலை ஏற்பட்டு அந்தக் கோள் அழிந்துபோனது. எங்களால் ஒன்றும் செய்யமுடியவில்லை. அதன்பின் நிறைய ஆண்டுகள் தேடுதலுக்குப் பின்னர்தான், நாங்கள் பூமியினைக் கண்டுபிடித்தோம். ஆனால் எங்களுக்குப் பேரதிர்ச்சி, நீங்களும் ஜிரானைப் போலவே வளர்ச்சி என்னும் பெயரில் இயற்கையினை அழித்துக் கொண்டிருக்கிறீர்கள்."

"அப்படியானால் எங்கள் பூமியும் அழியப்போகிறதா" என அன்பு அதிர்ச்சியுடன் கேட்டான்.

"ஆமாம் நண்பர்களே, மரங்களை வெட்டுவது, சுற்றுச் சூழலை மாசுபடுத்துவது, மற்ற உயிரினங்களை அழித்து உயிர்ச்சங்கிலியை அழிப்பது, பயோ வார் என்ற பெயரில் சகமனிதனை அழிக்க மனிதரே கிருமிகளை உருவாக்குவது, அணுகுண்டு வீசுவது என இந்தப் பூமியை அழிப்பதற்கான எல்லா வேலைகளையும் நீங்களே செய்ய ஆரம்பித்து விட்டீர்கள். இன்னும் நீங்கள் திருந்தாவிட்டால் சில ஆயிரம் ஆண்டுகளில் உங்கள் பூமி காணாமல் போய்விடும்" என பைசிஸ் வருத்தமாகக் கூறியது.

"இதனை எப்படித் தடுப்பது?" மெர்சி வருத்தமாகக் கேட்டாள்.

"இதற்காகத்தான் நாங்கள் பத்துப் பேர் கொண்ட குழு பூமிக்கு வந்தோம். இங்கு நிகழும் அனைத்துத் தவறான நடவடிக்கைகளையும் தொகுத்து எங்கள் தலைமையகத்திற்கு அனுப்பியுள்ளோம். அவர்கள் ஏதேனும் ஒரு வழியில் உங்கள் பூமியின் தலைமையகத்திற்குத் தகவல் அனுப்பி எச்சரிக்கை செய்வார்கள்" என்றது பைசிஸ்.

"ம்க்கும், இங்க எந்த நாட்டுத் தலைமைக்கு நீங்கத் தகவல் அனுப்பி அதை அவன் பக்கத்து நாட்டுக்குச் சொல்லிப் புரிய வைத்து" சலீம் சலிப்பாய்ச் சொன்னான்.

“அதனையும் நாங்கள் அறிவோம். எல்லா நாட்டுத் தலைமைக்கும் எச்சரிக்கை தருவோம். இதற்கு மேலும் நீங்கள் கேட்காமல் பூமியினை அழியவிட்டால் என்ன செய்வதென்று, இங்கே இருந்து மீண்டும் உயிர்களை உருவாக்க ஒவ்வொரு உயிர்களின் மாதிரியினையும் உயிர் நுட்பத்தினையும் சேகரித்து எங்கள் ஆய்வகத்தில் பத்திரப்படுத்தி உள்ளோம். ஜிரானை முற்றிலுமாய் அழியவிட்டது போன்று பூமியினை அழியவிட்டு விடக்கூடாது என்பதே எங்கள் குறிக்கோள். அதற்காகத்தான் இத்தனை நாள்கள் இங்கே இருந்தோம்” என பைசிஸ் சொல்ல அதன் மீது பெரிய மரியாதை உருவானது மூவருக்கும்.

“ரொம்ப நன்றி பைசிஸ், எங்கள் பூமியினைக் காப்பாற்ற நீங்கள் இவ்வளவு கஷ்டப்பட்டுள்ளீர்கள். நாங்கள் உனக்கு என்ன உதவி செய்யவேண்டும்” என்று கேட்டான் அன்பு.

“எனக்கு இரண்டு உதவிவேண்டும் நண்பர்களே, முதலாவது உதவி நான் கீழே விழுந்ததால் எனது கதிரியக்கச் சக்தியினையும் புவி ஈர்ப்புக்கு எதிரான சக்தியினையும் இழந்திருக்கிறேன். அது சரியாக இன்று ஒருநாள் ஆகும். என் கதிரியக்கச் சக்தி செயல்படாததால்தான் நான் உங்கள் கண்ணுக்குத் தெரிகிறேன். வேறு யார் கண்ணிலாவதுபட்டால் என்னை ஆராய்ச்சி செய்யத் தூக்கிச்சென்று கொன்று விடுவார்கள்” என்றது பைசிஸ்.

“ஆமாம் ஆமாம் உரிச்சு கொழம்பு வச்சு சாப்டாலும் சாப்டுவானுக மனுசப்பயலுக” என சலீம் சொல்ல அனைவரும் சிரித்தனர்.

“யாரிடமும் மாட்டிக் கொள்ளாது இன்று ஒருநாள் கடத்திவிட்டால் இன்று மாலை நான் எனது விண்வெளிக்கப்பலுக்குப் பறந்து போய் விடுவேன். எனது நண்பர்கள் எனக்காக வியாழன் கோளில் காத்திருக்கிறார்கள். அவர்களுக்குத் தகவல் தந்திருக்கிறேன். மாலைவரை நீங்கள் என்னைக் காப்பாற்றவேண்டும்” என பைசிஸ் கேட்க மூவரும் அதனைக் காப்பாற்றுவதாக உறுதி கூறினர்.

“சரி இரண்டாவது உதவி என்ன, நான் உன்கூட உன் கோளுக்கு வரணுமா?” என சலீம் சிரித்தபடி கேட்டான்.

“இல்லை நண்பா, அதை நான் கிளம்பும் வேளையில் சொல்கிறேன்” என்றது பைசிஸ்.

ஒரு வழியாக மாலைவரை பைசிஸை யார் கண்ணிலும் படாமல் காப்பாற்றினார்கள் மூவரும். கிளம்பும் வேளை வந்தது. பைசிஸ் மூவரையும் கட்டி அணைத்துக் கொண்டது.

"மிகுந்த நன்றி நண்பர்களே, நெடுநாள்களுக்குப் பிறகு நான் எனது வீட்டிற்குத் திரும்புகிறேன். எங்கே எனது தாயினைப் பார்க்காமலே நான் இறந்து விடுவேனோ எனப் பயந்திருந்தேன். நீங்கள் காப்பாற்றி விட்டீர்கள். இதற்குக் கைமாறாக உங்களுக்குப் பெரிய உதவியினைச் செய்ய நான் மீண்டும் பூமிக்கு வருவேன்" என்று பைசிஸ் சொல்ல மூவருக்குமே அதனைப் பிரியும் வருத்தம் வந்தது.

"சரி ஏதோ இரண்டாவது உதவி கேட்டாயே" என்றான் சலீம்.

"ஆம் நண்பர்களே அதுதான் பெரிய உதவி... நீங்கள் மூன்று பேரும் உங்கள் நண்பர்கள், உறவினர்கள், சுற்றத்தினர் அனைவரிடமும் இயற்கையை அழிக்காது அதனைப் பாதுகாக்கச் சொல்லுங்கள்... சுற்றுச்சூழலை மாசுபடுத்த வேண்டாம் என்று விழிப்புணர்வு கொடுங்கள். இயற்கையினை நீங்கள் அழித்துக் கொண்டேயிருந்தால் ஒரு காலத்தில் இந்தப் பூமியும் அழிந்துபோகும் என்ற எச்சரிக்கையினை அவர்களுக்குக் கொடுங்கள். நீங்களும் படித்து பெரிய விஞ்ஞானி ஆகி இயற்கையைப் பாதுகாக்கும் வழிமுறைகளைக் கொண்டு வாருங்கள். அப்போது உங்களுக்கு உதவி செய்ய மீண்டும் நான் வருவேன்" என்று பைசிஸ் சொல்ல அப்படியே செய்வதாய் மூவரும் உறுதி கூறினர்.

"நன்றி நண்பர்களே, மீண்டும் நினைவில் வைத்துக் கொள்ளுங்கள். இயற்கையினை நாம் காப்பாற்றினால் இயற்கை நம்மைக் காப்பாற்றும்" எனச் சொல்லிவிட்டு பைசிஸ் தனது உடம்பில் இருந்த ஒரு விசையினை அழுத்த விருட்டென்று பறந்து மறைந்து போனது. அன்பு, சலீம், மெர்சி மூவரும் அது சென்ற திசையினைப் பார்த்து இயற்கையினைக் காப்போம் அதன் மூலம் நம் பூமியைக் காப்போம் என உறுதி கூறிக்கொண்டனர்.

(பின்குறிப்பு: இதில் குறிப்பிட்டுள்ள சூரியக்குடும்பத்தினைத் தவிர மற்ற கிரகங்கள் எல்லாம் கற்பனையே. ஆனால் அதன் பெயர்கள் அனைத்தும் அர்த்தம் இல்லாதவை அல்ல. இதில் பயன்படுத்தியுள்ள பைசிஸ், சாவோசு, கையா ஆகிய மூன்றும் கிரேக்க வார்த்தைகள். கிரேக்கத் தொன்மவியலில்

உலகின் தோற்றம் பற்றிய தத்துவங்களில் முதலில் சாவோசு என்னும் வெறுமை இருந்ததாகவும் அதில் இருந்து கையா (பூமி), எரோசு, அபிசு, எரேபசு ஆகியோர் தோன்றியதாகவும் சொல்லப்படுகிறது. அதே போல பைசிஸ் என்ற கிரேக்க வார்த்தைக்கு இயற்கை என்று பொருள்.

ஜிரான், சிஜ்ஜூ இரண்டும் சீனமொழி வார்த்தைகள் ஆகும்.

கிரேக்க வார்த்தைகள்: Physis - பைசிஸ் – இயற்கை, சாவோசு – வெறுமை, கையா – பூமி.

சீன வார்த்தைகள் : ஜிரான் – இயற்கை, சிஜ்ஜூ – உலகம்.)

விடைபெறும் முன்

இந்த இறுதி அத்தியாயத்தினை எழுதும்முன் வெவ்வேறு செய்திகளைக் கடந்து வந்தேன். முதல் செய்தி ஒலிம்பிக்கில் பதக்கம் வென்ற இந்தியாவின் முதல் பெண் துப்பாக்கி சுடும் வீராங்கனை ஆனார் மனுபாக்கர். அடுத்த ஓரிரு நாளில் ஒலிம்பிக்கில் இரண்டு பதக்கங்களை வென்ற முதல் இந்தியப் பெண்மணி ஆனார் மனுபாக்கர் என்ற அடுத்த செய்தி வந்தது. எங்கேயும் எப்போதும் யாராவது ஒருவரால் சாதனைகள் நிகழ்த்தப்பட்டுக் கொண்டேயிருக்கிறது.

அடுத்த சில செய்திகள் மனதினை கனமாக்கியது. முதல் செய்தி பள்ளி ஒன்றில் மாணவன் ஒருவன் ஆசிரியரை அரிவாளால் வெட்டி இருக்கிறான். இன்னொரு பள்ளியில் ஒன்பதாம் வகுப்பு மாணவன் இன்னொரு மாணவனை வெட்டியிருக்கிறான். அடுத்த செய்தி சில மாணவர்கள் குடிபோதையில் வாகனத்தினை இயக்கி விபத்து ஏற்படுத்தியதில் ஓர் உயிர்ப்பலி. இந்தச் செய்திகள் புதிதல்ல என்று சொல்லும் அளவுக்கு இன்னும் கொஞ்ச நாளில் நமக்குப் பழகி விடக்கூடும். சாதனைகள் ஒரு புறம் நிகழ்த்தப்பட்டுக் கொண்டிருந்தாலும் சிலபல குழந்தைகள் தடம் மாறிப்போவதும் நிகழ்ந்து கொண்டேயிருக்கிறது. சமூக மாற்றம், வலைத்தளம், திரைப்படம் என்ன காரணம் வேண்டுமானாலும் இருக்கட்டும். அடிப்படையில் ஒரே ஒரு காரணம் மட்டும்தான் இருக்கமுடியும் என்று நான் திடமாக நம்புகிறேன். குழந்தைகளுக்கான முறையான வழிகாட்டுதல்கள் பெற்றோர்களிடம் இருந்து ஆரம்பிக்கப்படவேண்டும்.

ஒரு நல்ல குடிமகனாக நம் குழந்தைகளை உருவாக்குவது நமது சமூகக் கடமை. நல்ல ஒழுக்கம் கற்றுக்கொள்ளும் குழந்தை நிச்சயம் அதன் துறையில் சாதனையாளனாக வளர்வான் என்பதில் எந்தச் சந்தேகமும் இல்லை. உண்மையில் எல்லாக் குழந்தைகளும் சாதனையாளர்கள்தான். எல்லாக் குழந்தைகளுக்கும் ஏதேனும் சில நுண்ணறிவுகள் இருக்கின்றன. அது என்ன எனக் கணிப்பதும், அந்த அறிவினை வளர்க்க நம்மாலான உதவிகளைச் செய்வதும் ஒரு பெற்றோராய் நமது முக்கியமான கடமை. பருவத்தே பயிர் செய் என்று சொல்வார்கள். அதுபோல ஒவ்வொரு குழந்தைகளும் வளர ஆரம்பிக்கும்போது அவர்களுக்கான முறையான அறிவும் பயிற்சியும் வழிகாட்டுதல்களும் அவர்களுக்குக் கிடைக்குமேயானால் அவர்களின் வளர்ச்சியினை எவராலும் தடுக்க இயலாது.

இந்தப் புத்தகத்தில் பேசியுள்ளவற்றிலிருந்து உங்களுக்குத் தேவையான அனைத்து அடிப்படைத் தகவல்களையும் கற்றுக்கொண்டு இருப்பீர்கள்.இதனைப்புரிந்துகொண்டிருந்தால் உங்கள் குழந்தையைச் சரியாகக் கணித்திருப்பீர்கள். அடுத்த முக்கியமான கட்டம் அவர்களைப் பயிற்றுவிப்பது. இந்தப் புத்தகத்தில் வெகு சில வார்த்தைகளில் சொல்லியிருக்கும் பயிற்சிகளோடு லட்சக்கணக்கான வழிமுறைகள் கொட்டிக் கிடைக்கின்றன. புத்தகங்கள், இணையம் என உங்கள் தேடலை விரிவு செய்யுங்கள். மீண்டும் சொல்கிறேன், ஆசிரியர்கள், பயிற்சி வல்லுநர்கள் என யார் அவர்களை வழிநடத்தினாலும் ஒரு பெற்றோராய் உங்கள் வழிநடத்தல்தான் அவர்களை அடுத்த தளத்திற்கு உயர்த்தும். எதனையும் அவர்களிடம் திணிக்காது அவர்களின் விருப்பத்திற்கேற்பக் கொடுங்கள். நம்புங்கள் நிச்சயம் ஒருநாள் அவர்கள் சாதிப்பார்கள். வாழ்த்துகள் உங்களுக்கும் உங்கள் சாதனையாளர்களுக்கும்.

www.ingramcontent.com/pod-product-compliance
Lightning Source LLC
LaVergne TN
LVHW090420051026
849518LV00006B/2398